Yogera n'eddoboozi Ery'olubereberye

*"Oyo eyeebagala ku ggulu eriri
waggulu w'eggulu,
eryabauwo edda n'edda lyonna;
Laba, ayogera n'eddoboozi Lye,
lye ddoboozi ery'amaanyi."*
(Zabuli 68:33)

Yogera n'eddoboozi Ery'olubereberye

Dr. Jaerock Lee

Yogera n'eddoboozi Ery'olubereberye kya Dr. Jaerock Lee
Kyafulumizibwa aba Urim Books (Abakulirwa: Johnny. H. Kim)
73, Yeouidaebang-ro 22-gil, Dongjak-gu, Seoul, Korea
www.urimbooks.com

Obuyinza bwonna tubwesigaliza. Ekitabo kino oba ebitundu byakyo tebikkirizibwa kufulumizibwa nate mu ngeri yonna, oba okuterekebwa mu ngeri yonna, oba okufulumizibwa mu kika kyonna ng'okwokyesaamu, oba okunaazaamu kkoppi, awatali lukusa okuva eri abaakifulumya

Ebyawandiikibwa byonna bisimbuddwa mu Ekitabo Ekitukuvu.

Obuyinza ku Kitabo kino © 2015 bwa Dr. Jaerock Lee
ISBN: 979-11-263-1206-1 03230
Obuyinza ku kuvvuunula © 2013 bwa Dr. Esther K. Chung.
Ng'akkiriziddwa.

Kyasooka okufulumizibwa mu Gw'omwenda 2015

Kyasooka Kufulumizibwa mu Lulimi Olukoleya mu 2011 aba Urim Books e Seoul, mu Korea

Kyasunsulibwa Dr. Geumsun Vin
Kyalungiyizibwa Ekitongole Ekisunsuzi ekya Urim Books
Ayagala okumanya ebisingawo genda ku mutimbagano:
urimbook@hotmail.com

Obubaka ku Kitabo

Tulina essuubi nti omusomi ajja kufuna okuddibwamu n'emikisa okuyita mu ddoboozi ery'olubereberye, erijjudde emirimu gy'obutonzi...

Eriyo amaloboozi ga mirundi mingi mu nsi eno. Waliwo amaloboozi g'ebinyonyi amalungi ennyo, amaloboozi g'enseko z'abaana abato, abantu abakung'anye nga bazzaamu omuntu amaanyi, amaloboozi g'emmotoka, amaloboozi g'ennyimba. Gano maloboozi agasobola okuwulirwa, so nga eriyo amaloboozi ag'ebyuma ebikebera abantu, abantu ge batasobola kuwulira.

Eddoboozi bwe libeera nga lyawaggulu nnyo oba nga lya wansi nnyo, tetusobola kuliwulira wadde nga gyeriri. Era, eriyo amaloboozi ge tusobola okuwulira n'omutima gwaffe gwokka. Kati nga eddoboozi mu birowoozo byaffe. Naye nga ddoboozi ki erisinga obulungi n'amaanyi? Lye 'Ddoboozi Ery'olubereberye' eryogerwa Katonda Omutonzi, nga y'ensibuko ya buli kintu.

"Oyo eyeebagala ku Ggulu, eriri waggulu w'eggulu ery'abaawo edda n'edda lyonna; Laba, Ayogera n'eddoboozi Lye,

lye ddoboozi ery'amaanyi" (Zabuli 68:33).

"...kale laba, ekitiibwa kya Katonda wa Isiraeri nga kijja nga kiva mu kkubo ery'ebuvanjuba; n'eddoboozi Lye lyali ng'okuwuuma kw'amazzi amangi, ensi n'emasamasa olw'ekitiibwa Kye." (Ezekyeri 43:2).

Olubereberye, Katonda Ye yali abuutikidde ensi yonna mu ngeri ey'ekitangaala ekyalina eddoboozi ery'amaanyi mu kyo (1 Yokaana 1:5). Awo n'ateekateeka 'okuteekebwateekebwa kw'omuntu' okusobola okufuna abaana ab'amazima basobola okugabana n'abo okwagala okw'annama ddala, bwatyo kwe kufuuka Katonda Obusatu, Kitaffe, Omwana, n'Omwoyo Omutukuvu. Eddoboozi ery'olubereberye ne libeera mu Mwana n'Omwoyo Omutukuvu nga bwe lyali ne mu Kitaffe.

Ekiseera bwe kyatuuka, Katonda obusatu kwe kwogera ne ddoboozi ery'olubereberye okutonda eggulu n'ensi ne byonna ebirimu. Yagamba bwati, "Wabeewo obutangaavu," "Amazzi agali wansi w'eggulu gakung'anire mu kifo ekimu, olukalu lulabike" "Ensi emere ebimera, omuddo ogubala ensigo, omuti ogw'ebibala, ogubala ebibala mu ngeri yaagwo, ogulimu ensigo yaagwo ku nsi," "Wabeewo ebyaka mu bbanga ery'eggulu, byawulenga emisana n'ekiro," "Amazzi gazaale ebyewalula bingi ebirina obulamu, era nekibuuka kibuuke ku nsi mu bbanga ery'eggulu" (Olubereberye 1:3; 1:9; 1:11; 1:14; 1:20).

N'olwekyo, ebintu byonna ebyatondebwa bisobola okuwulira eddoboozi ery'olubereberye eryogerwa Katonda Obusatu, era ne baligondera nga tebatunuulidde bbanga n'obudde. Mu Njiri Ennya, n'ebintu-ebitalina bulamu mu byo, omuyaga n'amayengo byakakkana Yesu bwe yayogera n'eddoboozi ery'olubereberye (Lukka 8:24-25). Bwe yagamba akoozimbye nti, "ebibi byo bikuggiddwako" ne "Yimirira, ositule ekitanda kyo, oddeyo mu nnyumba yo" (Matayo 9:6), yayimirira n'atambula okuddayo ewuwe. Abaalaba ekyo ekyaliwo beewunya nnyo era ne bagulumiza Katonda eyali awadde abantu obuyinza ng'obwo.

Yokaana 14:12 wagamba, "Ddala, ddala, bagamba nti, akkiriza Nze emirimu gye nkola Nze, naye aligikola, era alikola egisinga egyo obunene; kubanga Nze ngenda eri Kitange." Olwo, tuyinza tutya okwerabira emirimu egy'eddoboozi ery'olubereberye n'olwaleero? Tusobola okusoma mu kitabo ky'Ebikolwa nti abantu baakozesebwanga ng'ebikozesebwa bya Katonda okulaga amaanyi ga Katonda, gye baakomanga okweggyako obubi mu mitima gyabwe n'okuteekateeka obulongoofu mu bo.

Peetero yagamba omusajja eyali tatambulangako okuva lwe yazaalibwa okutambula mu linya erya Yesu Kristo Omunazaaleesi era namukwata ku mukono. Omusajja n'ayimirira, n'atambula n'okubuuka. Bwe yagamba Tabbiisa, eyali afudde nti, "Golokoka," yazuukizibwa. Omutume Pawulo yazuukiza omuvubuka ayitibwa Yutuko, era ng'abantu bwe batwala obutambaala oba eminagiro egikoonye ku mubiri gwe eri abalwadde, ng'abalwadde bawona n'emyoyo emibi nga gibavaako.

Omulimu guno Yogera n'eddoboozi Ery'olubereberye kye kitabo ekisembayo ekirimu obubaka obwabuulirwa ne bukung'anyizibwa wansi w'omutwe 'Obutuukirivu n'Amaanyi'. Kikulaga engeri ey'okwerabira ku maanyi ga Katonda okuyita mu ddoboozi ery'olubereberye. Mulimu n'okwanjula emirimu gy'amaanyi ga Katonda gye nnyini eri abasomi basobole okweyambisa engeri ezo mu bulamu bwabwe bulijjo. Mulimu 'n'ebyokulabirako bya Bayibuli ebijja okuyamba omusomi okutegeera ensi ey'omwoyo n'ennono ez'okufunamu eby'okuddamu.

Nneebaza Geumsun Vin akulira Ekitongole Ekisunsuzi n'abakozi baakyo bonna, era nsaba mu linnya lya Mukama nti abantu bangi nga bwe kisoboka bafuna eby'okuddamu eri okusaba kwabwe n'emikisa nga beerabira ku ddoboozi ery'olubereberye eriragibwa mu mirimu gy'obutonzi.

Jaerock Lee

Ennyanjula

CWamu n'okukula kw'ekkanisa, Katonda yatuganya okutegeka "enkung'ana ez'amalanga Wiiki bbiri ez'okudda obuggya" okuva mu 1993 okutuuka mu 2004. Zaali za Katonda okubeera nga aganya ba memba b'ekkanisa okubeera n'okukkiriza okw'omwoyo n'okulaba ku kigera eky'obulungi, omusana, okwagala, n'amaanyi ga Katonda. Emyaka bwe gyagenda giyitawo, Katonda n'abaganya okwerabira mu bulamu bwabwe amaanyi ag'obutonzi agasukuluma ebbanga n'obudde.

Obubaka obwabuulirwa mu nkung'ana ezo ez'okudda obuggya bwakung'anyizibwa wansi w'erinnya 'Obutuukirivu n'Amaanyi. Yogera n'eddoboozi Ery'olubereberye kitubuulira ku bintu ebimu eby'ebuziba eby'omwoyo ebibadde tebimanyiddwa nnyo, gamba nga: ensibuko ya Katonda; ensibuko y'eggulu;

emirimu gy'amaanyi egiragibwa okuyita mu ddoboozi ery'olubereberye n'engeri y'okubirozaako mu bulamu.

Essuula 1, 'Ensibuko' ennyonyola ku Katonda y'ani, engeri gye yabeerangawo, engeri gye yatondamu abantu na lwaki Yabatonda. Essuula 2 'Eggulu' ennyonyola amazima nti eriyo ebika by'eggulu bya mirundi mingi nti era Katonda yafuga ebika by'eggulu ebyo byonna. Eyongera okwogera nti tusobola okufuna okuddibwamu eri ebizibu singa tukkiririza mu Katonda, okuyita mu ky'okulabirako kya Namani, eyali omuduumizi w'amaggye ag'e Alamu. Essuula 3, 'Katonda obusatu' eyogera ku nsonga lwaki Katonda eyaliwo olubereberye yayawulamu ebifo eby'enjawulo era n'atandika okubeerawo nga Katonda Obusatu, n'omulimu ogwa buli omu mu busatu.

Essuula 4, 'Obwenkanya' ennyonyola obwenkanya bwa Katonda n'engeri gye tuyinza okufunamu okuddibwamu okusinziira ku bwenkanya obwo. Essuula 5, 'Obugonvu' etubuulira ku Yesu oyo eyagondera ebigambo bya Katonda mu bujjuvu, era etukubiriza nti naffe tulina okugondera ebigambo bya Katonda okusobola okwerabira ku mirimu gya Katonda. Essuula 6, 'Okukkiriza' eyogera ku ky'okuba nti wadde abakkiriza bonna bagamba nti bakkiriza, waliwo enjawulo bwe kituuka ku kuddibwamu, era etusomesa n'eki kye tulina okukola okusobola okulaga ekika ky'okukkiriza ekitusobozesa okufuna obwesige obujjuvu okuva eri Katonda.

Essuula 7, 'Ate mmwe mumpita ani?' eyogera ku ngeri gye tuyinza okufunamu okuddibwamu n'eky'okulabirako kya Peetero, oyo eyafuna ekisuubizo eky'emikisa bwe yayatula nti Yesu Ye yali Mukama okuva ku ntobo y'omutima gwe. Essuula 8 'Oyagala nkukolere ki?' ennyonyola mutendera ku mutendera engeri omusajja omuzibe bwe yafuna okuddibwamu kwe. Essuula 9 'Kikukolerwe nga bw'okkiriza' kiraga ekyama ekiri mu kukkiriza kw'omukulu w'ekitongole okwamusobozesa okufuna okuddibwamu kwe, era n'ereeta ebyo bye nnyini ebituuse ku bantu mu kanisa yaffe.

Okuyita mu kitabo kino, nsaba mu linnya erya Mukama nti abasomi bonna banaategeera ensibuko ya Katonda n'emirimu gya Katonda Obusatu, era bafune buli kimu kye basabira okuyita mu bugonvu wamu n'okukkiriza ebikwatagana n'obwenkanya, basobole okuddiza Katonda ekitiibwa.

Gwakuna, 2009
Geumsun Vin,
Akulira Ekitongole Ekisunsuzi

Ebirimu

Obubaka ku Kitabo

Ennyanjula

Essuula 1	Ensibuko	· 1
Essuula 2	Eggulu	· 17
Essuula 3	Katonda Obusatu	· 35

Eby'okulabirako bya Bayibuli I
Ebyo ebyaliwo enzigi z'eggulu ery'omulundi ogw'okubiri bwe ly'eggula mu ggulu erisooka

Essuula 4	obwenkanya	· 55
Essuula 5	Obugonvu	· 73
Essuula 6	Okukkiriza	· 91

Eby'okulabirako ebya Bayibuli II
Eggulu ery'okusatu n'ebbanga ery'omutendera ogw'okusatu

Essuula 7	Mmwe mumpita ani?	· 109
Essuula 8	Oyagala Nkukolere ki?	· 125
Essuula 9	Kikukolerwe nga Bw'okkiriza	· 141

Eby'okulabirako bya Bayibuli III
Amaanyi ga Katonda, oyo nnyini ggulu ery'okuna

Essuula 1 Ensibuko

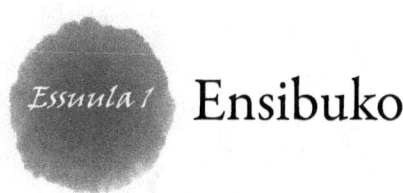

> Bwe tutegeera ensibuko ya Katonda na lwaki omuntu yateekebwawo, tusobola okutuukiriza obuvunaanyizibwa bw'abantu bwonna.

Ensibuko ya Katonda

Enteekateeka ya Katonda ey'okuteekateeka Omuntu ey'olubereberye

Ekifaananyi kya Katonda Obusatu

Katonda yatonda abantu okusobola okufuna abaana ab'atuufu

Ensibuko y'abantu

Ensigo ez'obulamu n'okutondebwa mu lubuto

Katonda Ayinza byonna Omutonzi

"Ku lubereberye waaliwo Kigambo, Kigambo n'aba awali Katonda, Kigambo n'aba Katonda."

(Yokaana 1:1)

Olwaleero, abantu bangi banoonya ebintu ebitaliimu kubanga tebalina kye bamanyi ku nsibuko y'ensi oba ku Katonda ow'amazima oyo agifuga. Bamala gakola buli kye bagala kubanga tebategeera lwaki bali ku nsi kuno – ekigendererwa ekituufu n'omuwendo gw'obulamu. Bwe batyo ne batambulira mu bulamu obuwotoka ng'omuddo kubanga tebalina kye bamanyi ku nsibuko yaabwe.

Wabula, tusobola okukkiririza mu Katonda era ne tutambulira mu bulamu nga tutuukiriza 'obuvunaanyizibwa bwonna' obwatonza omuntu bwe tutegeera ensibuko ya Katonda Obusatu na ngeri ki omuntu gye yajja okubaawo. Olwo, ensibuko ya Katonda Obusatu y'eriwa, Katonda Kitaffe, Omwana, n'Omwoyo Omutukuvu?

Ensibuko ya Katonda

Yokaana 1:1 watubuulira ku Katonda eyaliwo olubereberye, kwe kugamba ensibuko ya Katonda. Olwo 'olubereberye' kyaliwo ddi wano? Kyaliwo nga n'ensi tennabaawo, bwe waali nga tewali muntu mulala yenna okujjako Katonda Omutonzi nga yabuutikidde ebbanga lyonna ery'ensi. Ebbanga ly'ensi yonna tekitegeeza ebyo byokka ebirabika. Ng'ogyeeko ensi eno mwe tubeera, waliwo n'ebbanga eddala eddene ennyo eritaliiko kkomo. Mu nsi yonna ng'ogasseeko n'amabanga gano gonna, Katonda yekka ye yaliwo nga n'ensi tennabaawo.

Olw'okuba buli kintu kyonna ku nsi kuno kiriko ekkomo, ne ntandikwa era n'enkomerero, abantu abasinga tebayinza kumala gategeera endowooza 'ey'ebyo ebyaliwo ng'ensi tennabaawo'. Osanga Katonda yandigambye nti, "Olubereberye waaliwo Katonda," naye lwaki agamba nti, "Olubereberye waliwo Kigambo"? Kiri bwe kityo lwakuba mu biseera ebyo, Katonda yali talina 'kikula kyonna' oba 'ndabika' nga byalina kati.

Abantu b'ensi eno baliko ekkomo, kale buli ssaawa bagala okulaba ekintu ekirina enkula oba endabika kye basobola okukwatako n'okulaba. Yensonga lwaki beekolera ebibajje eby'enjawulo okusobola okubisinza. Naye ekibaggye omuntu kye yeekoledde kifuuka kitya katonda oyo eyatonda eggulu n'ensi n'ebintu byonna ebirimu? Biyinza bityo okufuuka oyo katonda alina obuyinza ku bulamu, okufa, omukisa, emitawaana, n'ebyafaayo by'omuntu?

Katonda yabeerawo ng'Ekigambo olubereberye, naye olw'okuba abantu baali bajja kwetaaga okubaako engeri gye balaba okubeerawo kwa Katonda, kwe kwambala ekikula. Olwo, oyo Katonda, eyali Kigambo olubereberye, Yabeerangawo atya? Yabeeranga ng'ekitangaala ekirungi ennyo nga kirimu eddoboozi ery'amaanyi. Yali teyeetaaga linnya wadde ekikula. Yabeerawo ng'ekitangaala ekirimu eddoboozi era ng'ali kungulu kw'ebbanga lyonna ery'ensi. Nga Yokaana 1:5 bwe wagamba nti Katonda gwe Musana, Yabuutikira amabanga gonna mu nsi n'ekitangaala ekyalingamu eddoboozi, era ng'eddoboozi eryo kye 'Kigambo' ekyogerwako mu Yokaana 1:1.

Enteekateeka ya Katonda ey'okuteekateeka Omuntu ey'olubereberye

Ekiseera bwe kyatuuka, Katonda eyali abeerawo ng'Ekigambo olubereberye n'akola enteekateeka. Yali 'okuteekateeka omuntu'. Nga bwe kyogera bwe kityo, Y'enteekateeka ey'okutonda omuntu, abaganye okweyongera mu bungi, kisobozese abamu kubo okuvaamu abaana ba Katonda abatuufu abamufaanana. Olwo Katonda abatwale mu bwakabaka obw'omu ggulu era babeere eyo mu ssanyu olubeerera nga bagabana wamu Naye okwagala.

Bwe yamala okulowooza ku nteekateeka eno, Katonda n'ateeka enteekateeka Ye mu nkola mutendera ku mutendera. Okusooka, yayawulayawulamu ensi amabanga ag'enjawulo. Nja kwogera ku mabanga mu bujjuvu mu ssuula eyokubiri. Era ng'amabanga tegannayawulwamu, lyali ebbanga limu, era bwatyo Katonda n'ayawula mu bbanga erimu eryo ne gafuuka mangi okusinziira ku bwetaavu bw'okuteekateeka abantu. Era waliwo ekikulu ennyo ekyabaawo oluvannyuma lw'okuteekawo amabanga.

Nga olubereberye tekinnabaawo waalingawo Katonda omu, kyokka Katonda n'atandika okubaawo mu ngeri ey'Obusatu obwa Kitaffe, Omwana, n'Omwoyo Omutukuvu. Nga kiringa nti Katonda Kitaffe yazaala Katonda Omwana ne Katonda Omwoyo Omutukuvu. Olw'ensonga eno, Bayibuli kyeva eyita Yesu nti Ye Mwana We omu yekka. Ne mu Abaebbulaniya 5:5 "Ggwe oli Mwana Wange, Leero nkuzadde ggwe."

Katonda Omwana ne Katonda Omwoyo Omutukuvu balina omutima gwe gumu n'amaanyi kubanga bava mu Katonda omu. Obusatu bwe bumu mu buli kintu. Olw'ensonga eno mu Bafiripi 2:6-7 kye wava woogera ku Yesu nti, "...oyo, bwe yasooka okubeera mu kifaananyi kya Katonda, teyalowooza kintu ekyegombebwa okwenkanankana ne Katonda naye yeggyako ekitiibwa, bwe yatwala engeri y'omuddu, n'abeera mu kifaananyi ky'abantu."

Ekifaananyi kya Katonda Obusatu

Olubereberye, Katonda yabeerawo nga Kigambo ekyali mu Kitangaala, kyokka n'atandika okubeerawo mu kikula kya Katonda Obusatu ku lw'okuteekebwateekebwa kw'omuntu. Tusobola okulowooza ku kifaananyi kya Katonda bwe tulowooza ku kyaliwo Katonda ng'atonda omuntu.

Olubereberye 1:26 wagamba, "Tukole omuntu mu ngeri yaffe, mu kifaananyi kyaffe, bafugenga eby'omunnyanja n'ebibuuka waggulu n'ente n'ensi yonna na buli ekyewalula ku nsi." Wano, 'Tu' kiraga Obusatu obwa Kitaffe, Omwana ne Omwoyo Omutukuvu, era tusobola okukitegeera nti twatondebwa mu kifaananyi kya Katonda Obusatu.

Wagamba nti, "Tukole omuntu mu ngeri yaffe, mu kifaananyi kyaffe," era tusobola n'okutegeera ekifaananyi kya Katonda Obusatu bwe kiri. Era, okutonda omuntu mu kifaananyi kya Katonda tekitegeeza nti ekifaananyi eky'okungulu kyokka kye kifaanana Katonda. Omuntu yatondebwa n'ekifaananyi kya Katonda ne munda; yajjuzibwa obulungi n'amazima munda.

Kyokka omuntu eyasooka Adamu yayonoona bwe yajeema, bwatyo n'afiirwa ekifaananyi ekyasooka ekyamuweebwa bwe yali atondebwa. Bwatyo n'ayonoonebwa era n'addugazibwa n'ekibi wamu n'obubi. Kale, bwe tutegeera nti ddala omubiri gwaffe n'omutima byatondebwa mu kifaananyi kya Katonda, tulina okukomyawo ekifaananyi kya Katonda kino ekyabula.

Katonda yatonda abantu okusobola okufuna abaana abatuufu

Oluvannyuma lw'okwawulwamu kw'amabanga, Katonda Obusatu yatandika okutonda ebintu ebyetaagisa kimu ku kimu. Eky'okulabirako, Yali teyeetaaga kifo Kye kyakubeeramu bwe yali ng'akyabeerawo ng'Ekitangaala ekirimu Eddoboozi. Naye bwe yayambala ekikula, Yali yeetaaga ekifo eky'okubeeramu wamu ne bamalayika saako eggye ery'omu ggulu okumuweereza. Bwatyo n'asooka atonda ebitonde eby'omwoyo mu nsi ey'omwoyo, olwo ate nalyoka Atonda ebintu byonna mu nsi mwe tubeera.

Amazima gali nti, teyatonda eggulu n'ensi mu bbanga lyaffe nga yakamala bwati okutonda buli kintu mu nsi ey'omwoyo. Oluvannyuma lwa Katonda Obusatu okutonda ensi ey'omwoyo, Yali abaddewo n'eggye ery'omu ggulu saako bamalayika okumala ebbanga eddene. Era oluvannyuma lw'ebbanga eryo eddene, Yatonda ebintu byonna mu bbanga lino erirabibwa n'amaaso. Era oluvannyuma lw'okutonda embeera ennyuvu abantu mwe basobola okubeera kwe kutonda omuntu mu kifaananyi Kye Ye.

Olwo lwaki Katonda yatonda omuntu wadde nga yalina bamalayika abatabalika n'eggye ery'omuggulu nga bamuweereza? Lwakuba Yayagala okufuna abaana abatuufu. Abaana abatuufu b'ebo abafaanana Katonda abasobola okugabana okw'agala okutuufu ne Katonda. Ng'oggyeko abatono ennyo ab'enjawulo, eggye ery'omuggulu baakolebwa kugonda bugonzi n'okuweereza, nga b'onoolaba ekyuma ekikozi ky'emirimu. Bw'olowooza ku bazadde n'abaana, teri muzadde ayinza kwagala kyuma wadde kigonvu nnyo kikola byonna ebikiragiddwa okusinga omwana we yennyini. bagala abaana baabwe kubanga basobola okugabana nabookwagala.

So nga abantu balina obusobozi obw'okugonda n'okwagala Katonda nga tebakakkiddwa. Kale abantu tebasobola kumala gategeera omutima gwa Katonda era ne bagabana Naye okwagala nga bakazaalibwa. Balina okuyita mu bintu bingi nga bwe bakula, basobole okuwulira okwagala kwa Katonda ere bwe batyo ne bazuula obuvunaanyizibwa bwabwe ng'abantu. Abantu nga bano be basobola okwagalira ddala Katonda n'omutima gwabwe gwonna era ne bagondera okwagala Kwe.

Abantu ng'abo tebagala Katonda olw'okuba bakakkiddwa okukikola. Tebagondera bigambo bya Katonda olw'okumutya n'okutya okukangavvulwa. Katonda bamwagala bwagazi era ne bamwebaza nga beeyagalidde. Era endowooza ng'eno tekyukakyuka. Katonda yateekateeka okuteekebwateekebwa kw'abantu okusobola okufuna abaana abatuufu abo basobola okugabana n'abo okwagala, okugaba n'okufuna okuva ku mutima. Kino okubaawo, Yatonda omuntu eyasooka Adamu.

Ensibuko y'omuntu

Olwo, ensibuko y'abantu y'eriwa? Olubereberye 2:7 wagamba, "MUKAMA Katonda n'abumba omuntu n'enfuufu y'ensi n'amufuuwamu mu nnyindo omukka ogw'obulamu, omuntu n'afuuka omukka omulamu." Abantu, bitonde bya njawulo nnyo ebisukuluma ebintu byonna enjigiriza ya Darwin nti ebintu biva mu birala gyasomesa. Abantu tebagenda nga bakyuka nga bava mu bintu ng'ensolo ne bagenda nga bakyuka okufuuka kye bali olwaleero. Abantu baatondebwa mu kifaananyi kya Katonda, era Katonda ye yabafuuwamu omukka ogw'obulamu. Kino kitegeeza omwoyo n'omubiri byava wa Katonda.

N'olwekyo, abantu bitonde eby'omwoyo ebyava waggulu. Tetulina kwerowoozaako ng'abantu abasinga ku nsolo akatono. Bwe tutunuulira ku bisigalira ebiriwo ng'obukakafu nti ebintu bigenda bikyuka n'ebiryoka bifuuka kye biri kati, tewali bisigalira bya wakati-kati okulaga olugendo nga bwe lujja lutambula. So nga ate ku ludda olulala waliwo obukaka bw'amaanyi okulaga okutondebwa kw'abantu.

Eky'okulabirako, abantu bonna balina amaaso abiri, amatu abiri, ennyindo emu, n'omumwa. Era basangibwa mu kifo kimu. Ate si bantu bokka. Wabula na buli kika kya nsolo kyenkana nabyo birina ebitundu bye bimu. Buno bukakafu okulaga nti ebintu byonna ebiramu byakolebwa omukozi omu Omutonzi. Ng'ogyeeko kino, eky'okuba nti ebintu byonna ku nsi bitambulira mu ngeri entegeke obulungi, awatali nsobi yonna, bukakafu nti Katonda Ye yabitonda.

Olwaleero, abantu bangi balowooza nti abantu baava mu nsolo, bwe batyo ne batamanya wa gye baava, era lwaki balamu wano ku nsi. Naye bwe tutegeera nti tuli bitonde bitukuvu ebyatondebwa mu kifaananyi kya Katonda, tusobola okutegeera Kitaffe y'ani. Mu ngeri eyo tujja kutambulira mu Kigambo Kye era tumufaanane.

Tusobola okulowooza nti kitaffe ye taata gwe tumanyi gwe tulaba. Naye bwe tugenda tweyongerayo waggulu, taata waffe asooka mu mubiri ye kitaffe eyasooka Adamu. Kale, tusobola okutegeera nti Kitaffe omutuufu ye Katonda eyatonda abantu bonna. Era n'ensigo ez'obulamu zasooka okugabibwa Katonda olubereberye. Mu ngeri eyo, abazadde baffe baawaayo buwi emibiri gyabwe okubeera ebikozesebwa, ensigo ezo ne zisobola okugattibwa ne tusobola okuzaalibwa.

Ensigo ez'obulamu n'okutondebwa mu lubuto

Katonda ye yawa ensigo ey'obulamu. Abasajja yabawa enkwaso ate abakazi n'abawa amaggi basobole okuzaala abaana. N'olwensonga eno, abantu tebasobola kuzaala na busobozi bwabwe bo. Katonda yabawa ensigo ez'obulamu basobole okuzaala.

Ensigo ez'obulamu zirimu amaanyi ga Katonda agasobola okukola ebitundu by'abantu byonna. Tezisobola kulabibwa n'amaaso gaffe, kyokka embala z'abantu, endabika, empisa, n'eby'obulamu ebirala byonna bikung'anidde mu zo. Kale abaana bwe bazaalibwa, kye bava bafaanana bazadde baabwe si mu ndabika yokka wabula ne mu nneeyisa.

Oba ng'abantu balina obusobozi obw'okuzaala, lwaki eriyo abanoonya abaana? Obuyinza bw'okutonda omwana mu lubuto bwa Katonda yekka. Olwaleero waliwo abakozesa enkola za sayansi okuzaaza abagalana mu malwaliro, naye bannasayansi abo tebasobola kukola nkwaso oba eggi. Amaanyi g'okutonda ga Katonda yekka.

Abakkiriza bangi, si mu kanisa yaffe yokka, wabula ne mu nsi endala, beerabira ku maanyi gano ag'okutonda kwa

Katonda. Eriyo abafumbo bangi abaali balemereddwa okufuna abaana okumala ebbanga ddene mu bufumbo bwabwe, abamu nga bamaze n'emyaka 20. Nga bagezezzaako buli kintu naye nga teri kivuddemu. Kyokka bwe baasabirwa, bangi ku bo baazaala abaana abalamu obulungi.

Emyaka mingi egiyise, waliwo abafumbo abaali babeera e Japan abajja mu kusaba kw'okudda obuggya wano era okusaba kwabwe ne kuddibwamu. Tebaawonyezebwa ndwadde zaabwe zokka, wabula baafuna n'omukisa ogw'okufuna omwana. Amawulire gano gaabuna wangi era abantu abalala bangi okuva e Japan bajja basabirwe. N'abo baafuna omukisa gw'okufuna omwana okusinziira kukkiriza kwabwe. Kino kyavaamu ettabi ly'ekkanisa eno okutandika mu kitundu ekyo.

Katonda Omuyinza w'Ebintu byonna Omutonzi

Olwaleero tulaba obujanjabi obwa sayaansi obw'ekika ekya waggulu obutuukiddwako, naye okutonda obulamu kusoboka n'amaanyi ga Katonda gokka, oyo afuga obulamu bwonna. Okuyita mu maanyi Ge, abo abaali basizza ogwenkomerero baddamu obulamu; abo abaali bagambiddwa nti bagenda kufa mu malwaliro baawonyezebwa; endwadde nnyingi saayansi w'abakugu ze yali alemereddwa okuwonya zawonyezebwa.

Eddoboozi ery'olubereberye eryogerebwa Katonda lisobola okutonda ekintu nga tekiriiko mwe kiva. Lisobola okulaga emirimu egy'amaanyi eri lyo teri kitasoboka. Abaruumi 1:20 wagamba, "Kubanga ebibye ebitalabika okuva ku kutonda ensi birabikira ddala nga bitegeererwa ku bitonde, obuyinza Bwe obutaggwaawo n'obwakatonda Bwe, babeere nga tebalina kya kuwoza." Mu kulaba obulabi ebintu bino byonna, tusobola okulaba amaanyi n'obwakatonda bwa Katonda Omutonzi Oyo ensibuko y'ebintu byonna.

Abantu bwe bagezaako okutegeera Katonda nga bakozesa okutegeera kwabwe, ddala bajja kubeera n'ekkomo. Eyo yensonga lwaki abantu bangi tebakkiririza mu bigambo ebyawandiikibwa mu Bayibuli. Era abamu boogera n'okwogera nti bakkiriza kyokka tebakkiririza mu bigambo byonna ebya Bayibuli mu bujjuvu. Olw'okuba Yesu yamanya embeera y'abantu eno, Yakakasanga ekigambo kye Yabuuliranga n'emirimu egy'amaanyi mingi. Yagamba, "Bwe mutaliraba bubonero n'ebyamagero, temulikkiriza n'akatono" (Yokaana 4:48).

Kye kimu n'olwaleero. Katonda Ye muyinza wa buli kintu. Bwe tukkiririza mu Katonda omuyinza wa byonna ono era ne tumwesigamako mu bujjuvu, ekizibu kyonna kisobola okugonjoolebwa era buli ndwadde yonna esobola okuwonyezebwa.

Katonda yatandika okutonda ebintu byonna n'ekigambo Kye ng'amba nti, "Wabeewo obutangaavu." Eddoboozi ery'olubereberye erya Katonda Omutonzi bwe lyogerwa, abazibe balaba, n'abo abali mu bugaali oba ku miggo bajja kutambula n'okubuuka. Nzikiriza nti mujja kufuna okuddibwamu eri okusaba kwammwe kwonna ne bye mwagala n'okukkiriza, eddoboozi ery'olubereberye erya Katonda bwe linaayogerebwa.

Emmanuel Marallano Yaipen (Lima, Peru)

Nnateebwa okuva mu kutya kw'okufa SIRIIMU

N'akeberebwa bwe nali njagala okuyingira amaggye mu 2001, n'endyoka mpulira nti, "Olina akawuka akaleeta Siriimu." Amawulire ago nali si gasuubira. N'empulira nga gwe baakolimira.

Embiro ze n'afunanga nga si zitwala nga kikulu.

N'atuula butuuzi mu ntebe ne mpulira nga sikyalina kyengasa.

'Maama wange bino n'abimugamba ntya?'

Nali mu bulumi, naye nga nnyongera okuggwamu amaanyi buli lwe n'alowoozanga ku maama wange. Embiro n'ezigenda nga zeeyongera, n'enfuna amabwa mu kamwa ne ku ngalo. Okutya kwange okw'okufa ne kutandika okweyongera mpola mpola.
Naye lumu ne mpulira nti waaliyo omuweereza wa Katonda ow'amaanyi okuva e South Korea eyali ajja mu Peru mu mwezi

gw'ekkumi n'ebiri 2004. Naye nga sirowooza nti endwadde yange esobola okuwona.
Ne mbivaako, naye jjajja omukyala n'ang'umya era n'ankubiriza ngende mu kuluseedi. Era ekyavaamu ne ng'enda e 'Campo de Marte' kuluseedi eyayitibwa United Crusade eyateekebwa e Peru mu 2004 ne Rev. Dr. Jaerock Lee' gye yali. N'engumira ku ssuubi lino lyokka lye nali nsigazza.
Omubiri gwange gwali gwajjuziddwa dda amaanyi ag'Omwoyo Omutukuvu bwe n'ali mpuliriza obubaka. Emirimu gy'Omwoyo Omutukuvu egyalabisibwa kw'olwo byali eby'amagero eby'omuddiring'anwa.

Rev. Dr. Jaerock Lee teyatusabira buli ssekinnoomu, wabula yatusabira ffena wamu ng'ekibiina. Kyokka abantu bangi baawa obujjulizi nti baali bawonye. Abantu bangi baasituka mu bugaali bwabwe era ne basuula eri emiggo gyabwe. Bangi baali bajaguza olw'okuba endwadde zaabwe ezitawona zaali ziwonye.
Ekyamagero n'ekintuukako. Bwe n'agenda okwetawuluza

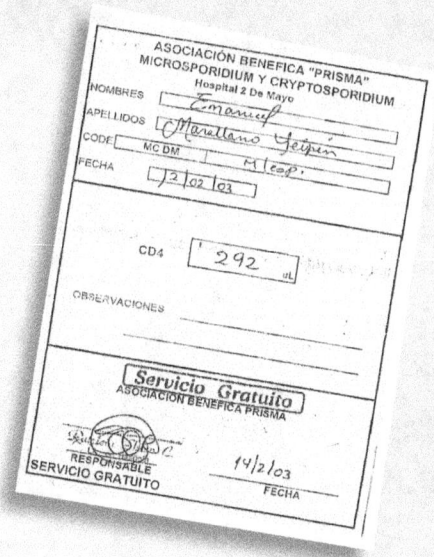

oluvannyuma lwa kuluseedi, gwe gwali omulundi gwange ogusooka oluvannyuma lw'ebbanga eddene okufuyisa obulungi. Embiro zange n'ezirekera awo oluvannyuma lw'emyezi ebiri n'ekitundu. Omubiri gwange ne guwewuka. Nali nkakasa nti n'awonyezebwa era n'engenda mu ddwaliro. Ebyava mu kukeberebwa byalaga nti obutafaali mu mubiri bwali bweyongedde mu ngeri eyeewuunyisa nga bwali ng'obw'omuntu atalina kawuka.

SIRIIMU ye ndwadde etawona eyitibwa okufa okuddugavu. Akawuka akaleeta siriimu kagenda kalya obutafaali obulwanyisa endwadde. Kino n'ekivaako omuntu okuba nga tasobola kwetangira ndwadde yonna ekireeta buli kalwadde n'ekivaamu kufa.
Obutafaali buno bwali bufa, kyokka kyewuunyisa nti bwaddamu obulamu olw'essaala ya Rev. Dr. Jaerock Lee.

Kisimbuddwa mu kitabo Ebintu Ebitatera kulabikalabika

Essuula 2 — Eggulu

> Katonda eyasookerawo ddala abeera mu Ggulu ery'okuna, nga yafuga eggulu ery'emirundi emirala gyonna, Eggulu erisooka, eggulu ery'okubiri ne ggulu ery'okusatu.

Eggulu lissuka mu limu

Eggulu erisooka n'eggulu ery'okubiri

Olusuku Adeni

Eggulu ery'okusatu

Eggulu ery'okuna, Katonda gyabeera

Katonda Omutonzi, Ayinza byonna

Katonda Ayinza byonna asukuluma abantu we bakoma

Okusisinkana Katonda Ayinza byonna Omutonzi

"Ggwe MUKAMA, ggwe wekka, ggwe wakola eggulu, eggulu erya waggulu, n'eggye lyalyo lyonna, ensi n'ebintu byonna ebiri omwo, ennyanja ne byonna ebiri omwo, era ggwe obikuuma byonna; n'eggye ery'omu ggulu likusinza."

(Nekkemiya 9:6)

Katonda asukuluma abantu we bakoma. Yaliwo ng'ensi tennabaawo era alibaawo ng'ensi eweddewo. Ensi Ye gyabeeramu kye kifo ekiri ku mutendera omulala ennyo ku gw'ensi eno. Ensi eno gye tulaba n'amaaso abantu mwe babeera y'ensi erabibwa, so nga kyo ekifo Katonda kyabeeramu kiri mu nsi ya mwoyo. Ddala ensi ey'omwoyo gyeri, naye olw'okuba tetusobola kugiraba n'amaaso gaffe, abantu bamanyi okuwakana nti teriiyo.

Waliwo omu ku bantu abagenda ku mwezi eyayogera edda nti, "Ntambudde ensi, naye Katonda taliiyo." Nga bigambo bya kisiru nnyo ebyo! Yalowooza nti ensi gyasobola okulaba n'amaaso yokka y'eriyo. Naye abagendayo bangi bagamba nti n'eno ensi erabibwa n'amaaso teggwaayo. Olwo oli eyagenda ku mwezi n'ayogera ebigambo ebyo yalaba kyenkana ki alyoke awakane nti Katonda taliiyo? Olw'okuba ng'abantu tuliko ekkomo tetusobola na kunnyonnyola ebintu byonna ebiri mu nsi mmwe nnyini ate mwe tuli.

Eggulu Lissuka mu limu

Nekkemiya 9:6 wagamba, "Ggwe MUKAMA, ggwe wekka, ggwe wakola eggulu , eggulu erya waggulu, n'eggye lyalyo lyonna, ensi n'ebintu byonna ebiri omwo, ennyanja ne byonna ebiri omwo, era ggwe obikuuma byonna; n'eggye ery'omu ggulu likusinza." Watubuulira nti eggulu teriri limu lyokka wabula lissuka mu limu.

Olwo, eggulu lya mirundi emeka? Bw'oba okkiririza mu bwakabaka obw'omu ggulu, oyinza okulowooza nti eggulu lya mirundi ebiri. Erimu lyelyo eggulu lye tulengera wano mu nsi ey'okungulu, eddala bwe bwakabaka obw'omu ggulu nga lye ggulu ery'ensi ey'omwoyo. Naye Bayibuli eyogera ku ggulu erissuka mu limu mu bifo bingi.

"Oyo eyeebagala ku ggulu eriri waggulu w'eggulu, eryabaawo

edda n'edda lyonna; Laba, ayogera n'eddoboozi Lye, lye ddoboozi ery'amaanyi " (Zabuli 68:33).

"Naye Katonda anaabeeranga ku nsi mazima ddala? Laba, eggulu n'eggulu ly'eggulu teriyina kukugyamu, kale ennyumba eno gye nzimbye nga teriyinza n'akatono!" (1 Bassekabaka 8:27)

"Mmanyi omuntu mu Kristo eyaakamala emyaka ekkumi n'ena (oba mu mubiri, ssimanyi, oba awatali mubiri, ssimanyi; Katonda amanyi,) okutwalibwa omuntu ali bwatyo mu ggulu ery'okusatu" (2 Abakkolinso 12:2).

Bw'aba ng'omutume Pawulo yatwalibwa mu ggulu ery'okusatu kitubuulira nti eriyo erisooka ery'okubiri n'ery'okusatu, era wayinza n'okubaayo eggulu ery'emirundi emirala.

Era ne Stefano yayogera mu Bikolwa 7:56, "Laba, ntunuulidde eggulu nga libikkuse n'Omwana w'Omuntu ng'ayimiridde ku mukono ogwa ddyo ogwa Katonda." Amaaso g'abantu ag'omwoyo bwe gabikkulwa, basobola okulaba ensi ey'omwoyo era ne bategeera okubeerayo kw'obwakabaka obw'omu ggulu.

Olwaleero, ne bannasayansi bagamba nti eriyo obwengula bwa mirundi mingi. Omu ku mukugu omukulu mu ssomo lino ye Max Tegmark, yakuguka mu ssomo ery'ensibuko y'ensi, ye yagunjaawo essomo ery'ogera ku kuba nti obwengula bwa mirundi ena.

Essomo lye ligamba nti, okusinziira ku birabiddwa n'okukung'anyizibwa, ensi yaffe kitundu ku bbanga eddene ennyo omuli sengendo eziwera, era nga buli ssengendo erina ebintu byamu eby'enjawulo.

Ebintu eby'enjawulo eby'ogerwako mwe muyinza okubeera obudde n'endabika nga bya njawulo. Kyokka, ssayansi tayinza kunyonyola byonna ebikwata ku nsi ey'omwoyo. Wabula ne bwe tukozesa entegeera ey'ekkinnasayansi, tusobola okukitegeera nti ensi yaffe si ye yokka eriyo.

Eggulu erisooka ne ggulu ery'okubiri

Eggulu ery'ebika ebingi lisobola okwawulwamu emirundi -ebiri. Ogusooka lye ggulu mu nsi ey'omwoyo etalabibwa n'amaaso gaffe n'eggulu mu nsi ey'okungulu ensi mwe tubeera. Ensi ey'okungulu mwe tubeera lye ggulu erisooka kyokka okuva ku ggulu eryokubiri n'okweyongerayo bisangibwa mu nsi ey'omwoyo. Mu ggulu ery'okubiri waliwo ekifo eky'ekitangaala ng'eyo yeesangibwa Olusuku Adeni n'ekifo eky'ekizikiza ng'emyoyo emibi gye gituula.

Abaefeso 2:2 wagamba emyoyo emibi ye 'omukulu ow'obuyinza obw'omu bbanga,' era 'ebbanga' lino lisangibwa mu ggulu ery'okubiri. Olubereberye 3:24 watubuulira nti ebuvanjuba bw'Olusuku Adeni Katonda gye yateeka Bakerubi n'ekitala ekimyansa ekikyukakyuka okukuumanga ekkubo ery'omuti ogw'obulamu.

"Bwatyo n'agoba omuntu, n'azzaamu ebuvanjuba mu lusuku Adeni bakerubi, era n'ekitala ekimyansa ekikyukakyuka okukuumanga ekkubo ery'omuti ogw'obulamu."

Olwo, lwaki Katonda yabiteeka ku luuyi olw'ebuvanjuba? Kiri bwe kityo lwakuba obuvanjuba walinga we wali ensalo wakati w'ensi ey'emyoyo emibi n'Olusuku Adeni nga lwo lwa Katonda. Katonda yakuuma Olusuku okulemesa emyoyo emibi okuyingira mu Lusuku, okulya ku muti ogw'obulamu gireme okufuna obulamu obutaggwaawo.

Nga tannaba kulya ku muti ogw'okumanya obulungi n'obubi, Adamu ye yalina obuyinza bwe yali afunye okuva eri Katonda okubeera ng'afuga Olusuku Adeni n'ebintu byonna mu ggulu erisooka. Naye Adamu yagobebwa mu Lusuku kubanga yajeemera Ekigambo kya Katonda bwe yalya ku muti ogw'okumanya. Okuva kw'olwo, waliwo eyali alina okukuuma Olusuku Adeni eyo ewasangibwa omuti ogw'obulamu. Yensonga lwaki Katonda yateekawo bakerubi n'ekitala ekimyansa ekikyukakyuka mu kifo kya Adamu okusobola okukuuma Olusuku.

Olusuku Adeni

Mu Lubereberye essuula 2, Katonda bwe yamala okutonda Adamu okuva mu nfuufu y'ensi eno, Yatonda olusuku mu Adeni era n'aleeta Adamu n'amuteekamu. Adamu yali 'ekitonde ekiramu' oba 'omwoyo omulamu'. Kyali ekitonde eky'omwoyo eyafuna omukka ogw'obulamu okuva ewa Katonda. Yensonga lwaki Katonda yamuleeta mu ggulu ery'okubiri, nga kye kifo eky'omwoyo, okubeeramu.

Katonda era n'amuwa omukisa okufuganga buli kimu, ng'eno bw'agendako ne mu Nsi mu ggulu erisooka. Naye Adamu bwe yayonoona bwe yajeemera Katonda, omwoyo gwe ne gufa n'aba nga takyasobola kubeera mu kifo eky'omwoyo. Yensonga lwaki yagobebwayo n'asindikibwa ku Nsi.

Era abo abatategeera mazima gano bagezaako okunoonya Olusuku Adeni ku Nsi kuno. Kiri bwe kityo lwakuba tebakitegeera nti Olusuku Adeni lusangibwa mu ggulu ery'okubiri, nga yo nsi ya mwoyo, so si mu nsi eno ey'okungulu.

Ebyo ebizimbe eby'ebyafaayo ebye Giza, mu Misiri, nga bye bimu ku byewuunyo mu nsi yonna, byazimbibwa mu ngeri ya kikugu nnyo ate binene nga kiringa nti tebyazimbibwa na tekinologiya ow'abantu. Buli jjinja eryagendako lizitowa ttani nga 2.5. Era amayinja obukadde bubiri n'emitwalo asatu bwe bwagenda ku kizimbe ekyo ekimu. Amayinja gano gonna bagaggya wa? Era, baakozesa byuma ki okuzimba mu kiseera ekyo?

Ye ani yabizimba? Ebibuuzo ebyo bisobola okuddibwamu mu bwangu singa tutegeera ku bika by'eggulu eby'enjawulo n'ekifo eky'omwoyo. Ebisingawo binyonyoddwa mu ssomo ku Lubereberye. Kati, Adamu bwamala okugobebwa mu Lusuku Adeni olw'obujeemu bwe, kati ani abeera mu Lusuku?

Mu Lubereberye 3:16, Katonda yagamba Kaawa ng'amaze okwonoona nti, "Okwongera naakwongerangako obulumi bwo n'okubeerangakwo olubuto, mu bulumi mw'onoozaaliranga abaana." 'Okwongera' kitegeeza kale waaliwo ko obulumi mu kuzaala kyokka bwali bulina okwongezebwa ennyo. Era, Olubereberye 1:28 watubuulira nti Adamu ne Kaawa 'beeyongerako', ekitegeeza nti Kaawa yazaala abaana bwe baali nga bakyabeera mu Lusuku Adeni.

N'olwekyo, abaana Adamu ne Kaawa be baafuna nga bakyali mu Lusuku Adeni baali bangi nga tebabalika. Era, baasigala bakyabeerayo wadde nga Adamu ne Kaawa baagobebwayo olw'ekibi kyabwe. Ekyaliwo Adamu bwe yali tannayonoona, ng'abantu mu Lusuku Adeni basobola okujja ku nsi nga bwe baagala, kyokka kino kyateekebwako ekkomo oluvannyuma lw'okwonoona.

Endaba y'ekiseera n'obudde mu ggulu erisooka n'eggulu ery'okubiri byawukanira ddala. Ne mu ggulu ery'okubiri obudde butambula, naye tekiriiko kkomo nga bwe kiri mu nsi yaffe ey'okungulu. Mu Lusuku Adeni, tewali akaddiwa wadde okufa. Tewali kivunda wadde okuggwawo. Wadde wayise ekiseera kiwanvu, abantu mu Lusuku Adeni tebakiraba bwe batyo. Bawulira ng'abali mu budde obutatambula. Era n'ebbanga mu Adeni teririiko kkomo.

Singa abantu baali tebafa mu ggulu erisooka, olumu wandijjudde. Kyokka olw'okuba lyo eggulu ery'okubiri lirina ebbanga eritaliiko kkomo, tewasobola kujjula abantu ne bwe bazaalibwa kyenkana ki.

Eggulu Ery'okusatu

Eriyo eggulu eddala erisangibwa mu nsi ey'omwoyo. Lye ggulu ery'okusatu, ng'eyo obwakabaka obw'omu ggulu gye busangibwa. Kye kifo abaana ba Katonda abaalokolebwa gye banaabeera olubeerera. Omutume Pawulo yafuna okubikkulirwa n'okwolesebwa okuva eri Mukama, era kwe kwogera mu 2 Abakkolinso 12:2-4 nti, "Mmanyi omuntu mu Kristo eyaakamala emyaka ekkumi n'ena (oba mu mubiri, ssimanyi, oba awatali mubiri, ssimanyi; Katonda amanyi,) okutwalibwa omuntu ali bwatyo mu ggulu ery'okusatu. Era mmanyi omuntu ali bwatyo (Oba mu mubiri, oba awatali mubiri ssimanyi, Katonda amanyi) bwe yatwalibwa mu lusuku lwa Katonda, n'awulira ebigambo ebitayogerekeka, ebitasaanira muntu kubyatula."

Nga mu buli nsi bwe mubeeramu ekibuga ekikulu n'ebibuga ebirala ebitonotono n'obulala ate obutono ddala, ne mu bwakabaka obw'omu ggulu eriyo ebifo bingi eby'okubeera okuviira ddala ku kibuga kya Yerusaalemi Ekiggya, ng'eyo we wali namulondo ya Katonda, okutuuka ku lusuku lwa Katonda nga we watwalibwa nga enjegoyego z'obwakabaka obw'eggulu. Ebifo byaffe eby'okubeeramu bijja kubeera bya njawulo okusinziira Katonda twamwagala kyenkana ki, ne gye twakoma okuteekateeka omutima ogw'amazima era ne tukomyawo ekifaananyi kya Katonda ekyali kyabula ku nsi eno.

Eggulu ery'okusatu ate lyo lirina ekkomo ttono ddala bwe kituuka ku budde n'ebbanga okusinga ate ku ggulu ery'okubiri. Lirina obudde obutaggwaayo n'ebbanga eritakoma. Kizibu eri abantu, ababeera mu ggulu erisooka, okusobola okutegeera obudde n'ebbanga eby'obwakabaka obw'omu ggulu. Katulowooze ku bbaluuni. Nga tonnagifuuwamu mukka, ebbanga eribeera mu bbaluuni libeerako ekkomo. Kyokka lisobola okukyuka amangu ddala okusinziira ku mukka ogufuuyiddwamu. Ebbanga mu bwakabaka obw'omu ggulu nalyo bwe lityo bweriri. Bwe tuzimba ennyumba ku nsi kuno, twetaaga ekifo, kyokka ekyo kye tusobola okuteeka ku ttaka eryo kijja kubaako ekkomo. Naye mu bbanga ery'eggulu ery'okusatu, ennyumba zisobola okuzimbibwa mu ngeri ey'enjawulo ku y'okunsi kuno kubanga obugazi n'obuwanvu ebyayo tebiriiko kkomo.

Eggulu ery'okuna, ekifo Katonda gyabeera

Eggulu ery'okuna kye kifo ekyaliwo okusookera ddala Katonda gye yabeeranga ng'olubereberye terunnaba kubaawo, nga tannayawula mu nsi yonna ebika by'eggulu eby'enjawulo. Mu ggulu ery'okuna, tekikola makulu okukozesa ebigambo nga obudde n'ebbanga. Eggulu ery'okuna lissukuluma buli kiyitabwa budde oba ebbanga, era mu kifo ekyo ekintu kyonna Katonda kyayaayaanira mu birowoozo Bye kijja ku kolebwa amangu ago nga bwakyagala.

Mukama eyazuukira yalabikira eri abayigirizwa Be abaali batya Abayudaaya era baali beekwese mu nnyumba nga buli wamu wasibe (Yokaana 20:19-29). Yabalabikira wakati mu nnyumba wadde nga tewali n'omu yali amugulidde oluggi lwonna. Era yalabikra n'abayigirizwa abaamulabira awo ng'abatuuseeko e Galiraaya era n'alya wamu n'abo (Yokaana 21:1-14). Yali wano ku nsi kuno okumala ennaku ana olwo n'alyoka ayambuka mu Ggulu okuyita mu bire nga abantu bangi bamwegese amaaso. Tusobola okukiraba nti Yesu Kristo eyazuukira yali asobola okusukuluma ekifo n'obudde.

Olwo ate bwe kituuka mu ggulu ery'okuna, eyo Katonda gye yasooka okubeera! Kiyinza kubeera kitya, tekiyitirira? Nga bwe yafuga amabanga gonna ng'agabuutikidde bwe yali ng'akyabeerawo ng'ekitangaala ekyalimu eddoboozi, Yafuga eggulu ery'ebika byonna, erisooka, ery'okubiri n'ery'okusatu okusinziira mu ggulu ery'okuna gyabeera.

Katonda Omutonzi, Omuyinza wa buli kintu

Ensi eno abantu mwe babeera ntono nnyo nnyo bwogigeraageranya n'ebika by'eggulu ebirala. Ku nsi, abantu bakola kyonna ekisoboka okubeera mu bulamu obulungi nga bayita mu buli kika kya kizibu n'emitawaana. Eri bo ebintu bingi wano ku nsi tebitegerekeka n'ebizibu bizibu okugonjoola, kyokka eri Katonda tewali kizibu.

Katugambe nti waliwo omuntu eyeekaliriza obulamu bw'enkuyege. Olumu enkuyege zisisinkana ekizibu ky'amanyi okutambuza emmere. Kyokka omuntu asobola okugikwata n'agiteeka mu nnyumba y'enkuyege butereevu nga tatawaanye. Enkuyege bw'esisinkana omusanvu omuzibu okuyitako, omuntu asobola okugikwata mu ngalo n'agibuusa omusanvu ogwo n'agizza ku ludda olulala. Ekizibu ne bwe kirabika ng'ekinene ennyo eri enkuyege, kantu katono nnyo eri omuntu. Mu ngeri y'emu, n'obuyambi bwa Katonda Ayinza byonna, tewali kiyinza kulabika nga kizibu.

Endagaano Enkadde ejulira obukulu bwa Katonda emirundi mingi. N'obukulu bw'amaanyi ga Katonda, Ennyanja Emyufu yayawukamu n'omugga Yoludaani ogwali gwanjaala ne gulekerawo. Enjuba n'omwezi byayimirira mu kifo kimu, era Musa bwe yakuba ku jinja n'omuggo gwe, ne muva amazzi. Omuntu ne bw'aba alina obugagga bwenkana ki, amagezi ag'enkana wa, asobola okwawula mu nnyanja emyufu oba okuyimiriza enjuba n'omwezi? Naye Yesu yagamba mu Makko 10:27, "Mu bantu tekiyinzika, naye si bwe kityo eri Katonda; kubanga byonna biyinzika eri Katonda."

Endagaano Empya nayo eyogera enfunda eziwera ku ngeri abalwadde n'abalema gye baawonyezebwa ne batereera n'abafu ne bazuukizibwa olw'amaanyi ga Katonda. Obutambaala oba engoye ezaakwatanga ku Pawulo bwe byatwalibwanga eri abalwadde, endwadde nga zibavaako n'emyoyo emibi.

Katonda Ayinza Byonna asukuluma abantu we bakoma

N'olwaleero, singa tufuna obuyambi obw'amaanyi ga Katonda, tewali kijja kutubeerera kizibu. N'ebyo ebizibu ebiringa eby'amaanyi ennyo bijja kubeera nga tebikyali bizibu gye tuli. Kino nno kikakasibwa buli wiiki mu kkanisa mwensumba. Endwadde nnyingi ezitawona omuli ne SIRIIMU zaawonyezebwa abakkiriza bwe baali bawuliriza Ekigambo kya Katonda mu kusaba okw'okusinza era ne bafuna essaala y'okuwonyezebwa.

Si mu South Korea mwokka wabula abantu abatabalika okwetooloola ensi yonna balozezza ku mirimu egy'okuwonyezebwa egyawandiikibwa mu Bayibuli. Emirimu ng'egyo gyalagibwa ku mukutu gwa CNN. Era, tulina n'abasumba be tukola n'abo abasaba n'obutambaala bwe nsabidde. Okuyita mu kusaba okw'ekika kino, emirimu egy'ewuunyisa egy'obwakatonda egy'okuwonyezebwa gituukawo nga gisukuluma ku mawanga n'obuwangwa.

Nange kennyini, ebizibu byange byonna byagonjoolebwa bwe n'asisinkana Katonda Omutonzi. N'abeeranga ku ndiri n'endwadde ez'enjawulo era nga bampita "dduuka lya ndwadde." Nga mu maka gaffe temuli mirembe. Nga sirabayo ssuubi ddala lyonna. Naye n'awonyezebwa endwadde zange zonna kasita n'afukamira bwenti mu kkanisa. Katonda n'ampa omukisa gw'ebyensimbi n'ensasula amabanja gonna ge n'alina. Gaali mangi nga simanyi na we nnyinza kutandikira, kyokka n'agasasula n'engamalayo mu myezi mitono. Amaka gange ne gaddamu essanyu. Era okusinga byonna, Katonda n'ampa okuyitibwa kw'okubeera omusumba era n'ampa amaanyi Ge okulokola emyoyo mingi.

Olwaleero abantu bangi nnyo bagamba nti bakkiririza mu Katonda, naye batono ddala abatambulira mu kukkiriza okutuufu. Bwe babeera n'ekizibu, abasing ku bo beesigama ku ngeri ez'abantu mu kifo ky'okwesigama ku Katonda. Baggwamu amaanyi ebizibu byabwe bwe bitagonjoolebwa n'engeri zaabwe bo. Bwe balwala, tebatunuulira Katonda, kyokka ne beesigama ku ba dokita mu malwaliro. Bwe basisinkana embeera enzibu mu bizinensi zaabwe, banoonya obuyambi wano ne wali.

Abakkiriza abamu beemulugunya eri Katonda oba ne baggwaamu essuubi olw'ebizibu ebirabwako ebibalumba. Ne batanywerera mu kukiriza kwabwe era ne bafiirwa obujjuvu era bwe babeera bayigganyizibwa oba bwe babeera bamanyi nti bagenda kufiirwa olw'okutambulira mu bwesimbu. Kyokka bwe babeera bakkiriza nti Katonda yatonda ebika by'eggulu byonna era yasobozesa buli kintu, Ekituufu kiri nti tebajja kukikola ekyo. Katonda yatonda buli kika ky'ekitundu ky'omubiri ogw'omuntu. Eriyo obulwadde obukambwe ennyo Katonda bwatasobola kuwonya? Katonda yagamba, "Effeeza Yange ne zaabu Yange" (Kaggayi 2:8). Ddala tasobola kugaggawaza baana Be? Katonda asobola okukola ebintu byonna, naye abantu baggwaamu amaanyi oba ne banyiikaala era ne bava ne ku mazima olw'okuba tebeesiga Katonda Ayinza byonna. Ekizibu ka kibeera kitya omuntu kyayitamu, asobola okukigonjoola essaawa yonna singa yeesigira ddala Katonda n'omutima gwe gwonna era ne yeesigama ku Ye yekka.

Okusisinkana Katonda Ayinza byonna era Omutonzi

Emboozi y'omukulu w'eggye Naamani mu 2 Bassekabaka Essuula 5 etusomesa engeri ey'okufunamu okuddibwamu eri ebizibu byaffe okuva eri Katonda Omuyinza wa buli kintu kyonna. Naamani ye yali omukulu w'eggye lya kabaka w'e Busuuli, kyokka nga talina kya kukolera bigenge ebyali bimulya.

Olunaku lumu n'awulira okuva eri omuwala Omuyudaaya eyali yawambibwa kyokka nga kati yali aweereza muka Namaani, ku maanyi ga Katonda Erisa nnabbi wa Isiraeri ge yali akozesa. Yali musajja w'Amawanga eyali takkiririza mu Katonda, kyokka teyabuusa maaso magezi ga muwala omuto ono kubanga yalina omutima omulungi. N'ateekateeka eby'okuweebwayo eby'omuwendo okusobola okusisinkana Erisa, omusajja wa Katonda, era n'atandika ku lugendo oluwanvu.

Kyokka bwe yatuuka ku nnyumba ya Erisa, nnabbi teyamusabira wadde okumwaniriza. Nnabbi kye yakola yamusindikira mubaka nti agende anaabe mu mugga Yoludaani emirundi musanvu.

Mu kusooka yawulira bubi, kyokka tewaayita bbanga ddene ne yeekyusa era n'agonda. Era wadde ebigambo n'ebikolwa bya Erisa tebyamukolera makulu okusinziira ku ndowooza ye, yamwesiga era n'agonda kubanga nnabbi wa Katonda eyali akoze n'amaanyi ga Katonda ye yali ayogedde ebigambo bino.

Era Naamani bwe yennyika mu Yoludaani emirundi musanvu, ebigenge bye byawonyezebwa mu ngeri ey'ekyamagero. Wano okunnyika omubiri gwe mu Yoludaani kitegeeza ki? Amazzi kye Kigambo kya Katonda. Kitegeeza nti omuntu asobola okusonyiyibwa ebibi bye bwe yeenaazaako ebintu ebiddugala eby'omutima gwe n'Ekigambo kya Katonda, nga bwe yanaaza omubiri gwe n'amazzi. Olw'okuba omuwendo musanvu gutegeeza kutuukirira, okwennyika emirundi musanvu kiraga nti yasonyiyibwa mu bujjuvu.

Nga bwe kinyonyoddwa, ffe abantu okusobola okufuna okuddibwamu okuva eri Katonda omuyinza wa buli kintu, ekkubo ery'okuwuliziganya lirina okubikkulwa wakati wa Katonda naffe nga tusonyiyibwa ebibi byaffe. Wagamba mu Isaaya 59:1-2, "Laba, omukono gwa MUKAMA teguyimpawadde n'okuyinza ne gutayinza kulokola; so n'okutu Kwe tekumugadde n'okuyinza ne kutayinza kuwulira. Naye obutali butuukirivu bwammwe bwe bwawudde mmwe ne Katonda wammwe, n'ebibi byammwe bye bimukwesezza amaaso, n'atayagala kuwulira."

Singa tubadde tetumanyi Katonda era nga tetunnakkiriza Yesu Kristo, tulina okwenenya olw'obutakkiriza Yesu Kristo (Yokaana 16:9). Katonda agamba tuli bassi singa tukyawa baganda baffe (1 Yokaana 3:15), era tulina okwenenya olw'okuba tubadde tetwagala baganda baffe. Yakobo 4:2-3 wagamba, "Mwegomba so temulina; mutta, era mwegomba, so temuyinza kufuna, mulwana era mutabaala, temulina kubanga temusaba. Musaba ne mutaweebwa, kubanga musaba bubi , mulyoke mubikoze okwegomba kwammwe."
N'olwekyo, tulina okwenenya olw'okusaba n'okweyagaliza saako

okusaba n'okubuusabuusa (Yakobo 1:6-7).

Era, singa tubadde tetuteeka kigambo kya Katonda mu nkola kyokka ng'eno bwe twatula okukkiriza kwaffe, tulina okwenenyeza ddala. Tetulina kugamba bugambi nti gutusinze. Tulina okuwaayo omutima gwaffe mu bujjuvu nga bwe tukaaba amaziga amayitirivu. Olwo nno okwenenya kwaffe lwe kuyinza okutwalibwa ng'okwenenya okw'amazima era nga tumaliridde n'okutambulira mu Kigambo kya Katonda era ne tukiteeka mu nkola.

Ekyamateeka olw'okubiri 32:39 wagamba, "Mulabe kaakano nga Nze, Nze wuuyo, so tewali katonda wamu Nange; Nze nzita, era Nze mpa obulamu. Nfumise era mponya, so tewali ayinza okulokola okuggya mu mukono Gwange."Ono ye Katonda gwe tukkiririzaamu.

Katonda ye yatonda eggulu lyonna ne byonna ebirimu. Amanyi embeera zaffe zonna. W'amaanyi okubeera ng'asobola okuddamu okusaba kwaffe. Wadde embeera erabika ng'enzibu ennyo eri abantu, Asobola okukyusa embeera yonna mu ddaakiika nga kukyusa ekinusu. N'olwwekyo, nsubira nti munaafuna okuddibwamu eri okusaba kwammwe n'ebyo emitima gyammwe gwe biyaayaanira nga mubeera n'okukkiriza okutuufu okubeera nga mwesigama ku Katonda yekka.

Dr. Vitaliy Fishberg (New York City, United States)

Mu kifo Eby'amagero we byali

Nga sinnatikkirwa mu ttendekero ly'ekisawo erya Moldova medical school, Nze yali omusunsuzi omukulu ow'akatabo omwafulumiranga amawulire ag'enjawulo ku bujanjabi, akaali kayitibwa 'Your Family Doctor', era nga kaali kamanyiddwa nnyo mu Moldova, Ukraine, Russia, ne Belarus. Mu 1997, N'engenda mu Amerika. N'enyongera okukuguka mu bika by'obujanjabi obulala, diguli ey'okusatu mu by'endya, Diguli esinga okuba eya waggulu mu ddagala eddala eritali lya kizungu. Bwe najja mu kibuga New York ng'amaliriza emisomo gyange, amangu ddala ne mannyibwa nnyo mu bantu be Russia abaali babeera mu kibuga ekyo era ne mpapula z'amawulire nnyingi ne zimpandiikako buli wiiki ne bye nkola. Mu 2006, n'empulira nti yali ejja kubaayo olukiiko olw'Ekikristaayo olunene mu kifo ekimanyiddwa nga Madison Square Garden. N'enfuna omukisa okusisinkana n'abantu abaali basindikiddwa okuva mu Manmin church okukwataganya olukiiko olwo, n'empulira amaanyi ag'Omwoyo Omutukuvu okuyita mu bo. Era wiiki ebbiri bwe zaayitawo n'engenda mu kuluseedi eyo.

Rev. Dr. Jaerock Lee n'asabira abantu abaali bazze bwe yamala okubuulira ku lwaki Yesu ye Mulokozi waffe. "Mukama, bawonye! Kitange, Katonda, obubaka bwe mbuulidde bwe bubeera nga si butuufu, kanneme okubeerako emirimu egy'amaanyi gye nkola akawungeezi ka leero! Naye bwe bubeera nga ge mazima, k'emyoyo mingi girabe obukakafu obwa Katonda omulamu. Abalema kabatambule! Abo bakiggala, ka bawulire! Endwadde zonna ezitawona, ka zookebwe n'omuliro ogw'Omwoyo Omutukuvu era babeere balamu!"

Neewuunya okuwulira essaala ey'ekika ekyo. Kati watya ne wataba kuwonyezebwa kwonna okw'obwakatonda okutuukawo? Ayinza atya okusaba N'obuvumu bwatyo!? Kyokka eno ebintu eby'ewuunyisa byali byatandise dda okutuukawo nga n'okusabira abalwadde tekunnaggwa. Abantu abaali babonaabona n'emyoyo emibi baateebwa. Bakasiru ne boogera. Abazibe ne balaba. Abantu bangi ne bawa obujulizi nti babadde tebawulira naye kati bawulira. Abantu bangi baayimuka mu butebe bwabwe ne basuula eri emiggo. Abamu baawa obujulizi nti baali bawonyezeddwa SIRIIMU.

Kuluseedi n'egenda mu maaso, amaanyi ga Katonda ne galabisibwa mu ngeri ey'amaanyi. Abasawo abakugu okuva mu nsi yonna abeegatira mu kibiina ekiyitibwa World Christian Doctors Network, WCDN, abaava mu nsi ez'enjawulo, baateekawo emmeeza kwe bafunira obujulizi. Nga bagezaako okukakasa obujulizi bw'omuntu ne alipoota z'abasawo ezoogera nti babadde balina ekizibu. Byali binaatera okuggwa, abasawo abakugu ne batuggwako abaali bawaandika abantu abaalina obujulizi nti bawonyezeddwa!

Nubia Cano, yali alina emyaka 54 ng'abeera mu kitundu ekiyitibwa Queens baamukebera ne bamuzuulamu kansa w'olugumba olw'omu mugongo mu 2003. Yali takyasobola na kutambula. Ng'obudde bwonna abeera mu buliri era olw'obulumi obungi bwe yalingamu, nga akubwa empiso ekakkanya obulumi buli luvannyuma lwa ssaawa bbiri. Ng'abasawo baamukakasa nti taliddamu kutambula.

Bwe yajja mu kuluseedi mu 2006 e New York okwali Rev. Dr. Jaerock Lee ne mukwano gwe, n'alaba ng'abantu bangi bawonyezebwa Katonda, naye n'atandika okufuna okukkiriza. Bwe yafuna okusaba okuva eri Rev. Lee, n'awulira ebbugumu mu mubiri gwe gwonna nga kiringa nti waliwo eyali amunyiganyiga omugongo. Obulumi mu mugongo ne bugenda era

Abasawo abakugu abeegatira mu kitongole ekimanyiddwa nga WCDN nga bakakasa obujulizi

okuva kw'olwo, n'atandika okutambula n'okweweta! Dokita we ebigambo byamuggwako bwe yalaba—omuntu eyali tayinza kuddamu kutambula — ng'atambula bulungi nnyo. Ng'asobola n'okuzina amazina.

Maximillia Rodriguez ye yali abeera mu kitundu ekiyitibwa Brooklyn yali talaba bulungi. Era nga yatandika okwambala galubindi nga wa myaka 14. Ku lunaku olwasembayo olwa kuluseedi, yafuna okusaba okuva eri Rev. Dr. Jaerock Lee era olw'okukkiriza, amangu ago n'akizuula nti asobola okulaba ngatataddeko galubindi. Olwaleero asobola n'okusoma obunnukuta obutono ennyo mu bayibuli ye nga tataddeko galubindi. Omusawo we ow'amaaso, bwe yamukebera n'alaba nti waliwo ekikyuse kinene ku maaso ge, yeewuunya nnyo olw'ekyo kye yali alaba.

Mu Madison Square Garden, kuluseedi gye yali mu gw'omusanvu 2006, kyali kifo ekyajjula ebyamagero. Nakwatibwako nnyo ng'andaba amaanyi ga Katonda. Amaanyi Ge gankyusa era ne gang'anya okulaba ebintu mu ngeri endala. N'ensalawo okufuuka ekikozesebwa kya Katonda okubeera nga nkakasa abantu nti Katonda yabawonyezza era mbimanyise ensi yonna.

Kisimbuddwa mu kitabo Ebintu Ebitatera kulabikalabika-

Essuula 3: Katonda Obusatu

> Katonda gwe tukkiririzaamu Katonda omu.
> Kyokka alina abantu basatu mu Ye:
> Kittaffe, Omwana, n'Omwoyo Omutukuvu.

Ekigendererwa kya Katonda mu kuteekateeka abantu
Ekikula n'enkola za Katonda Obusatu
Emirimu gya Katonda Obusatu
Yesu Omwana yaggulawo ekkubo ery'obulokozi
Omwoyo Omutukuvu yatuukiriza obulokozi
Temuzikizanga Mwoyo
 Katonda Kitaffe,
Oyo Omutandisi W'okuteekebwateekebwa kw'omuntu
Katonda Obusatu atuukiriza ekigendererwa ky'obulokozi
Okwegaana Katonda Obusatu n'emirimu gy'Omwoyo Omutukuvu

"Kale mugende mufuule amawanga gonna abayigirizwa, nga mubatiza okuyingira mu linnya lya Kitaffe n'Omwana n'Omwoyo Omutukuvu."

Matayo 28:19

Katonda Obusatu kitegeeza nti Katonda Kitaffe, Katonda Omwana, ne Katonda Omwoyo Omutukuvu bali omu. Katonda gwe tukkiririzaamu ali omu. Kyokka alina Abantu Basatu mu Ye: Kitaffe, Omwana, n'Omwoyo Omutukuvu. Era olw'okuba bali omu tugamba nti 'Katonda Obusatu'.

Amazima gano makulu nnyo mu Bukristaayo, kyokka wadde guli gutyo kyenkana teri muntu asobola okuganyonyola obulungi ennyo era mu bujjuvu. Kiri bwe kityo lwakuba kizibuwalira abantu, abalina ekkomo ku ndowaaza zaabwe n'enjigiriza, okubeera nga bategeera ensibuko ya Katonda Omutonzi. Kyokka gye tukoma okutegeera Katonda Obusatu, gye tukoma okutegeera omutima Gwe n'okwagala Kwe obulungi era ne tufuna emikisa n'eby'okuddamu eri okusaba kwaffe nga tuwuliziganya Naye.

Ekigendererwa kya Katonda mu kuteekateeka abantu

Katonda yagamba mu Kuva 3:14, "NINGA BWE NDI." Tewali muntu yenna yamuzaala oba eyamutonda. Yabeerawo nga n'ebiro tebinnabaawo. Asukuluma ku kutegeera kw'abantu wadde okwefumiitiriza; talina ntandikwa wadde enkomerero; Yaliwo era Alibaawo. Nga bwe kyanyonyoddwa edda waggulu, Katonda yaliwo yekka ng'Ekitangaala ekirimu eddoboozi nga bwe livuga lituuka wonna mu bbanga eddene ennyo (Yokaana 1:1; 1 John 1:5). Kyokka ekiseera kyatuuka n'ayagala okubeera n'omuntu gwayinza okugabana naye okwagala, bwatyo n'ateekateeka okuteekebwateekebwa kw'omuntu.

Okusobola okutuukiriza okuteekateeka omuntu, katonda yasooka kwawulamu mabanga. Yayawula amabanga ne mubaamu abbanga ery'omwoyo n'ebbanga ery'ebintu ebirabika ng'eyo abantu abalina emibiri agikwatibwako gye bajja okubeera. Oluvannyuma lw'ekyo, N'atandika okubeerawo nga Katonda Obusatu. Katonda eyaliwo n'atandika okubeerawo nga Katonda Obusatu Kitaffe,

Omwana, n'Omwoyo Omutukuvu. Bayibuli egamba nti Katonda Omwana Yesu Kristo yazaalibwa Katonda (Ebikolwa 13:33), ne Yokaana 15:26 wamu ne Abaggalatiya 4:6 wagamba nti Omwoyo Omutukuvu naye yava mu Katonda. Kibanga okweyubula, Omwana Yesu ne Omwoyo Omutukuvu baava mu Katonda Kitaffe. Kino kyali kyetaagisa nnyo okuteekebwateekebwa kw'omuntu okusobola okutuukirizibwa.

Yesu Omwana ne Omwoyo Omutukuvu si bitonde ebyatondebwa Katonda, wabula Be ba Katonda eyasookawo Yennyini. Bali omu mu nsibuko, kyokka buli omu abeerawo nga yeetengeredde ku lw'okuteekateeka omuntu. Emirimu gyabwe gya njawulo naye bali omu mu mutima, ebirowoozo, n'amaanyi, era yensonga lwaki tugamba nti Be ba Katonda Obusatu.

Ekikula n'enkola za Katonda Obusatu

Nga bwe kiri ku Katonda Kitaffe, Yesu Omwana ne Omwoyo Omutukuvu n'abo Bayinza byonna. Era, Yesu Omwana n'Omwoyo Omutukuvu balowooza era ne bagala ekyo Katonda Kitaffe kyalowooza era kyayagala. Bwe kityo bwe kiba ne ku Katonda Kitaffe, awulira obulumi bwe bumu Yesu bwayitamu, so nga awulira essanyu Yesu ly'aba awulira n'Omwoyo Omutukuvu. Wabula, Abantu bano Abasatu buli omu aliwo nga yetengeredde era nga balina n'embala ez'etengeredde era n'emirimu gyabwe nagyo gya njawulo.

Ku ludda olumu, Yesu Omwana afuna omutima gwe gumu ogwa Katonda Katonda Kitaffe, kyokka obwakatonda Bwe bwe businga ku buntu Bwe. N'olwekyo ekitiibwa ky'obwakatonda Bwe n'obwenkanya bye bisinga okulabisibwa. Ku ludda olulala, bwe kituuka ku Mwoyo Omutukuvu, obuntu Bwe bwe busingako amaanyi. Ekikula Kye eky'okwegendereza, eky'ekisa, okusaasira, bye bisingako.

Nga bwe kyannyonyoddwa edda, Katonda Omwana ne Katonda

Omwoyo Omutukuvu bali omu mu nsibuko ne Katonda Kitaffe kyokka buli omu ayimiriddewo nga yeetengeredde nga buli omu ku bo alina embala yanjawulo ku ya munne. N'emirimu gyabwe n'agyo gyanjawulo okusinziira ku mitendera kwe bali. Katonda Omwana yadda ku Katonda Kitaffe olwo Omwoyo Omutukuvu naddako. Omwoyo yaweereza Omwana ne Kitaffe n'okwagala.

Emirimu gya Katonda Obusatu

Abantu Abasatu ab'Obusatu bakolera wamu okusobola okutuukiriza obuweereza bw'okuteekateeka omuntu. Wadde buli omu ku Busatu alina omulimu ogugwe gwakola, kyokka waliwo bwe baakwatira awamu obuweereza mu kiseera ekikulu ennyo eky'okuteekateeka kw'omuntu.

Eky'okulabirako, Olubereberye 1:26 wagamba, "Tukole omuntu mu ngeri yaffe, mu kifaananyi kyaffe;" Tusobola okukitegeera nti Katonda Obusatu nga bali wamu baatonda omuntu mu kifaananyi kyabwe. Era, ne Katonda bwe yakka okulaba ekikolebwa ku Munaala gwe Babeeri, bano abasatu baali wamu. Abantu bwe baatandika okuzimba Omunaala gwe Babeeri nga bagala okufaanana nga Katonda, Katonda Obusatu n'atabulatabula olulimi lwabwe.

Kigambibwa mu Lubereberye 11:7, "Kale nno, tukke, tutabuliretabulire eyo olulimi lwabwe baleme okutegeera enjogera yaabwe bokka na bokka." Wano, 'Tu' nakasigirwa eraga nti omuwendo gussuka mw'omu, era tusobola okulaba nti Abasatu ab'Obusatu bwa Katonda baali wamu. Nga bwe kyanyonyoddwa, Abasatu bano olumu baakolanga nga bali omu, naye nga buli omu alina obuvunaanyizibwa obubwe mu kuteekebwateekebwa kw'omuntu bwalina okutuukiriza okutandikira ddala mu Kutonda okutuuka ku kulokolebwa kw'abantu. Olwo, buli omu ku Bantu Abasatu bano ab'Obusatu alina buvunaanyizibwa ki bw'alina okutuukiriza?

Yesu Omwana yaggulawo ekkubo ery'obulokozi

Omulimu gw'Omwana Yesu kwe kufuuka Omulokozi n'okuggulawo ekkubo ery'obulokozi eri ab'onoonyi. Engeri Adamu mu bujeemu gye yalya ekibala ekyali kyamugaanibwa Katonda, ekibi n'ekiyingira mu bantu. Kale kati abantu baali beetaaga obulokozi.

Era baali ba kugwa mu kufa okw'olubeerera, omuliro ogwa Ggeyeena, okusinziira ku tteeka ery'ensi ey'omwoyo erigamba nti empeera y'ekibi kufa. Wabula, Yesu, Omwana wa Katonda, n'asasula omutango gw'okufa kw'ab'onoonyi baleme okugwa mu Ggeyeena.

Olwo lwaki Yesu Omwana yalina okufuuka Omulokozi w'abantu bonna? Nga buli nsi bw'erina amateeka agaayo, n'ensi ey'omwoyo erina amateeka agaayo, era si buli muntu nti asobola okufuuka Omulokozi. Omuntu asobola okuggulawo ekkubo ery'obulokozi singa atuukiriza ebisuubizo byonna. Olwo bisaanyizo ki ebifuula omuntu Omulokozi asobola okulokola abantu bonna abaali ab'okuzikirira olw'ebibi byabwe?

Okusookera ddala, Omulokozi alina kubeera muntu. 1 Abakkolinso 15:21 wagamba, "Kubanga okufa bwe kwabaawo ku bw'omuntu, era n'okuzuukira kw'abafu kwabaawo ku bwa muntu." Nga bwe kiwandiikiddwa, kubanga okufa kwajja eri abantu olw'obujeemu bwa Adamu, obulokozi n'abwo bulina kuyita mu muntu nga Adamu.

Eky'okubiri, Omulokozi talina kubeera ng'ava mu zzadde lya Adamu. Ab'ezzadde lya Adamu bonna b'onoonyi bazaalibwa n'ekibi ekisikire kye bajja ku ba kitaabwe. Teri zzadde lya Adamu lyonna asobola okufuuka Omulokozi. Kyokka Yesu yafunibwa ku bwa Mwoyo Mutukuvu, era si wa zzadde lya Adamu. Talina kibi kisikire kye yajja ku bazadde (Matayo 1:18-21).

Eky'okusatu, Omulokozi alina okubeera n'amaanyi. Okusobola okununula ab'onoonyi okuva ku mulabe setaani, Omulokozi alina okubeera n'amaanyi, era amaanyi ag'omwoyo bwe butabeera na kibi. Talina kubeera na kibi kisikire, era talina kwonoona mu ngeri yonna. Alina okuba ng'agondera mu bujjuvu Ekigambo kya Katonda. Alina okubeera nga talina bbala wadde olufunyiro.

Ekisembayo, Omulokozi alina okubeera n'okwagala. Omuntu ne bw'aba n'ebyo ebisatu waggulu, kyokka tasobola kufiirira bibi by'abantu balala singa talina kwagala. Olwo nno, omuntu teyandirokoleddwa. N'olwekyo, Omulokozi alina okubeera n'okwagala okubeera ng'atwala ekibonerezo eky'okufa mu kifo ky'abantu ate nga b'ebonoonyi.

Firimu, eyitibwa 'The Passion of the Christ' yalaga okufa kwa Yesu bulungi nnyo. Yesu yakubibwa era omubiri Gwe ne guyuzibwa. Yakomerebwa mu ngalo n'ebigere era n'ayambala engule ey'amaggwa ku mutwe Gwe. Yawanikibwa ku musalaba era bwe yassa ogw'enkomerero, n'afumitibwa mu mbiriizi Ze era n'ayiwa amazzi Ge gonna n'omusaayi. Okubonaabona okwo kwonna yakukkiriza okusobola okutununula mu bunafu bwaffe, ebibi, endwadde, n'obunafu.

Olw'okuba Adamu yayonoona, teri muntu yenna atuukiriza bisaanyizo ebyo ebina. Kubanga okusooka byonna, ezzadde lya Adamu basikira ekibi ekisikire, kwe kugamba embala ey'ekibi okuva ku bajjajjaabwe bazaalibwa n'ayo. Ate teri muntu yali atambulidde mu bujjuvu mu Mateeka ga Katonda nga tayonoonang'ako. Omuntu ali mu bbanja eddene obwenkanidde awo ate tasobola kusasula bbanja ly'abalala. Mu ngeri y'emu, ab'onoonyi abalina ekibi ekisikire n'ebyo bye beekoledde tebasobola kulokola b'onoonyi, abantu abalala. Olw'ensonga eno Katonda kwe kuteekateeka ekyama okuva nga n'ebiro tebinnabaawo, nga ye Yesu Omwana wa Katonda.

Yesu yatuukiriza ebisaanyizo by'Omulokozi. Yazaalibwa ku nsi n'omubiri gw'omuntu, kyokka yali tafuniddwa okuva mu nkwaso okwegatta n'eggi ly'omukazi. Malyamu atamanyi musajja y'aba olubuto ku bw'Omwoyo Omutukuvu. Kale Yesu bwatyo teyali zzadde lya Adamu era bwatyo teyalina kibi kisikire. Era, ne mu bulamu Bwe bwonna Yagonderanga mu bujjuvu Amateeka era teyakola kibi kyonna nga Ye wadde n'akatono.

Kino kyayisaawo Yesu bwatyo n'akomererwa n'okwagala okw'okwewaayo ku lw'ab'onoonyi. N'olwekyo, abantu bwe batyo ne bafuna ekkubo ery'engeri ey'okusonyiyibwamu ebibi byabwe okuyita mu musaayi Gwe. Singa Yesu yali tafuuse Mulokozi, abantu bonna okuviira ddala ku Adamu bandigenze mu Ggeyeena. Era, singa buli omu yali agudde mu Ggeyeena, ekigendererwa ky'okuteekateeka omuntu tekyandisobose. Kino kitegeeza nti tewandibadde muntu yenna yandisobodde kuyingira bwakabaka obw'omu ggulu na bwe kityo Katonda teyandifunye baana batuufu.

Eyo yensonga lwaki Katonda yateekateeka Yesu Kristo eyali ajja okukola omulimu ogw'Omulokozi, okusobola okutuukiriza ekigendererwa ky'okuteekateeka omuntu. Omuntu yenna akkiririza mu Yesu, oyo eyafa ku musalaba ku lwaffe so nga teyalina kibi, asobola okusonyiyibwa ebibi Bye era n'afuna obuyinza okufuuka Omwana wa Katonda.

Omwoyo Omutukuvu Atuukiriza Obulokozi

So nga omulimu gw'Omwoyo Omutukuvu kwe kutuukiriza obulokozi abantu bwe baafuna okuyita mu Yesu Omwana. Kiba nga bw'olaba maama ng'alabirira n'okukuza omwana eyakazaalibwa. Omwoyo Omutukuvu asiga okukkiriza mu mitima gy'abo abakkiriza Mukama era n'abakulembera okutuuka lwe batuuka mu bwakabaka obw'omu ggulu. Ayawulayawulamu omwoyo mu butundutundu obutabalika bw'aba akola omulimu Gwe. Omwoyo Omutukuvu nga Ye asigala mu kifo kimu, kyokka emyoyo egyo egy'enjawulo egyawuddwamu obutundutundu okuva ku Ye gye gikola obuweereza mu kiseera kye kimu awantu wonna mu nsi yonna n'omutima gwe gumu nga n'amaanyi ge gamu.

Kituufu, Kitaffe n'Omwana n'abo basobola okwawulayawulamu emyoyo nga bwe kiri ne ku Mwoyo Omutukuvu. Yesu yayogera mu Matayo 18:20, "Kubanga we baba ababiri oba basatu nga bakung'aanye mu linnya Lyange, Nange ndi awo wakati waabwe." Tusobola okutegeera nti Yesu asobola okwawulayawulamu emyoyo egy'enjawulo okuva ku Ye. Mukama Yesu tasobola kubeera n'abakkiriza Be mu kikula ky'ensibuko Ye nga Ye buli wamu we babeera bakung'anidde mu linnya Lye. Kyokka, Egyo emyoyo Gye egyawuddwa ku Ye gye gigenda buli wamu n'egibeera n'abo.

Omwoyo Omutukuvu alung'amya buli mukkiriza n'okwagala wamu n'ekisa nga maama bw'alabirira omwana omuwere. Abantu bwe bakkiriza Mukama, emyoyo egyawuddwa ku Mwoyo Omutukuvu gijja mu mitima gyabwe. Abantu abakkiriza Mukama ne bwe babeera bangi kwenkana ki, emyoyo egyawuddwayawuddwamu okuva ku Mwoyo Omutukuvu gisobola okuyingira mu mitima gya bonna era ne gituula mu bo. Kino bwe kibeerawo, tugamba nti 'baafunye Omwoyo Omutukuvu'. Omwoyo Omutukuvu oyo atudde mu mitima gy'Abakkiriza yabayamba okubeera nga bafuna okukkiriza okw'omwoyo okusobola okulokolebwa, era alung'amya okukkiriza okwo ne kubeera nga kukula okutuuka ku kigera eky'obujjuvu nga omusomesa ateereddwawo kulw'omwana.

Alung'amya abakkiriza okubeera nga banyiikira okuyiga Ekigambo kya Katonda, okubeera nga bakyusa emitima gyabwe okusinziira ku Kigambo, n'okubeera nga beeyongera okukula mu mwoyo. Okusinziira ku Kigambo kya Katonda, abakkiriza balina okukyuka ne bava mu kubeera ab'obusungu ne bafuuka abantu abagumiikiriza, ne bava mu kisitula obukyayi ne babeera n'okwagala. Bw'oba walina obuggya oba ensaalwa mu dda, kati olina okubeera ng'osanyukira mu balala okubeera obulungi. Bw'oba wali w'emanyi, kati olina okubeera omukakkamu era oweereze abalala.

Bw'oba walinga weenoonyeza bibyo, kati olina okubeera nga wessaddaaka ku lw'abalala okutuuka ku ssa ery'okufa. Eri abantu abakukola obubi, tolina kubakola bubi wabula okwate ku mitima gyabwe olw'obulungi.

Temuzikizanga Mwoyo

Ne bw'oba wakkiriza dda Mukama era ng'obadde mukkiriza okumala emyaka mingi, bw'oba ng'okyatambulira mu gatali mazima nga bwe wali nga tonnakkiriza, Omwoyo Omutukuvu atudde mu ggwe ajja kusinda nnyo. Bwe tubeera nga tusunguwala mangu singa tubonaabona awatali nsonga, oba ne tubeera nga tukolokota n'okusalira emisango baganda baffe mu Kristo era nga twanika obunafu bwabwe, tetuyinza kuyimusa mitwe gyaffe mu maaso ga Mukama oyo eyafiirira ebibi byaffe.

Katugambe mu kkanisa oweereddwa obukulu gamba nga obukadde bw'ekkanisa oba obudinkoni, naye nga tobeera mu mirembe ne bano oba ng'okaluubiriza nnyo abalala, oba ng'obaleetera okwesittala olw'ebyo ggwe by'oyita amazima. Olwo nno, Omwoyo Omutukuvu ali mu ggwe ajja kunakuwala nnyo. Engeri gye twakkiriza Mukama era ne tuzaalibwa omulundi ogw'okubiri, tulina okugezaako okweggyako buli kika kya bubi era twongere ku kukkiriza kwaffe buli lukya.

Ne bw'oba nga wakkiriza Mukama, bw'oba okyatambulira mu bibi by'ensi eno era n'okola ebibi ebiviirako okufa, Omwoyo Omutukuvu mu ggwe ajja kumaliriza akwabulidde, era erinnya lyo bwe lityo lijja kugibwa mu kitabo eky'obulamu. Okuva 32:33 wagamba, "MUKAMA n'agamba Musa nti, 'Buli eyannyonoonye Nze, oyo gwe nnasangula mu kitabo Kyange.'"

Okubikkulirwa 3:5 wagamba, "Awangula alyambazibwa engoye enjeru; so sirisangula n'akatono linnya lye mu kitabo ky'obulamu, era ndyatula erinnya lye mu maaso ga Kitange, ne mu maaso ga bamalayika Be." Ennyiriri zino zitubuulira nti, wadde twafuna Omwoyo Omutukuvu era ng'amannya gaffe gaawandiikibwa mu kitabo eky'obulamu, gasobola okuwanduukululwamu.

Era, 1 Abasasseloniika 5:19 wagamba, "Temuzikizanga Mwoyo." Nga bwe kyogera, wadde oli mulokole era nga wafuna Omwoyo Omutukuvu, bw'otatambulira mu mazima, Omwoyo Omutukuvu ajja kuzikizibwa.

Omwoyo Omutukuvu atuula mu buli mutima gwa mukkiriza era n'amulung'amya eri okuba nti tafiirwa bulokozi, era asigala agenda mu maaso n'okumutangaaza ku mazima n'okumukubiriza okutambulira mu kwagala kwa Katonda. Bw'aba atusomesa ku kibi n'obutuukirivu Atuganya okutegeera nti Katonda ye Mutonzi, Yesu Kristo ye Mulokozi waffe, nti waliyo Eggulu ne Ggeyeena, nti era ejja kubeerayo okusala omusnago.

Omwoyo Omutukuvu yeegayirira ku lwaffe mu maaso ga Katonda Kitaffe nga bwe kyawandiikibwa mu Baruumi 8:26, "Era bwe kityo Omwoyo ategeera obunafu bwaffe, kubanga tetumanyi kusaba nga bwe kitugwanira, naye Omwoyo Yennyini atuwolereza n'okusinda okutayogerekeka." Anakuwala abaana ba Katonda bwe bakola ebibi, era n'abayamba okwenenya era ne bakyuka okuva mu makubo gaabwe.

Era Abafukako okwolesebwa n'obujjuvu bw'Omwoyo Omutukuvu era n'abawa ebirabo eby'enjawulo basobole okusuula eri buli kika kya bibi era beerabire ku mirimu gya Katonda. Ffe abaana ba Katonda tulina okusaba emirimu gy'Omwoyo Omutukuvu era tuyaayaanire ebintu eby'ebuziba.

Katonda Kitaffe, Oyo Omutandise W'okuteekebwateekebwa kw'omuntu

Katonda Kitaffe ye mutandisi w'enteekateeka ey'amaanyi

ey'okuteekateeka omuntu. Ye Mutonzi, Omufuzi, era Omulamuzi ku Lunaku Olw'enkomerero. Katonda Omwana, Yesu Kristo, yaggulawo ekkubo ery'okulokola abantu ab'onoonyi. N'esembayo, Katonda Omwoyo Omutukuvu oyo alung'amya abo abalokoka okusobola okubeera n'okukkiriza okutuufu era batuuke ku bulokozi obutuukiridde. Kwe kugamba, Omwoyo Omutukuvu yatuukiriza obulokozi obuweebwa buli mukkiriza. Obuweereza bwa buno Obusatu bwa Katonda bukola ng'amaanyi gamu mu kutuukiriza ekigendererwa eky'okuteekateeka abantu okufuuka abaana abatuufu.

Kyokka wadde guli gutyo, Obuweereza Bwa buli ssekinoomu ku Bo bwawukana okusinziira ku mutendera buli omu kwali, so nga Obusatu buno bukolera wamu mu kiseera kye kimu. Yesu bwe yakka n'ajja ku nsi, Yagondera mu bujjuvu okwagala kwa Katonda nga tataddemu kwagala kwe Ye. Omwoyo Omutukuvu Yalinga ne Yesu ng'amuyambako n'obuweereza Bwe, okuviira ddala Yesu we yabeerera mu lubuto lwa Malyamu. Yesu bwe yawanikibwa ku musalaba n'abonaabonera mu bulumi obungi, Kitaffe n'Omwoyo Omutukuvu n'abo baawulira obulumi bwe bumu mu kiseera kye kimu.

Mu ngeri y'emu, Omwoyo Omutukuvu bw'asinda era ne yeegayirira ku lw'emyoyo, Mukama ne Kitaffe bawulira obulumi bwe bumu era n'abo ne banakuwala. Obusatu bwa Katonda baakola buli kimu n'omutima gwe gumu wamu n'okwagala era ne bawulira mu ngeri y'emu wadde nga buli omu alina obuvunaanyizibwa obubwe. Mu kigambo kimu, Abasatu bano batuukirizza buli kimu mu ngeri nti mu Omu mulimu Basatu.

Katonda Obusatu Yatuukiriza ekigendererwa ky'Obulokozi

Buno Obusatu bwa Katonda bwe butuukiriza ekigendererwa ky'okuteekateeka abantu mu ngeri nti mw'Omu mulimu Basatu.

Kigambibwa mu 1 Yokaana 5:8, "Omwoyo n'amazzi n'omusaayi, era abasatu abo bagendera wamu." Amazzi wano gayimiridde okutegeeza obuweereza bwa Katonda Kitaffe nga kye Kigambo. Ate omusaayi ne gutegeeza obuweereza bwa Mukama oyo eyayiwa omusaayi Gwe ku musalaba. Katonda Obusatu batuukiriza obuweereza bwabwe ng'Omwoyo, Amazzi, n'Omusaayi babeera mu nzikiriziganya, okusobola okuwa obujulizi nti ddala abaana abakkiriza ddala balokoleddwa.

Kale, tulina okutegeera obulungi obuweereza obwa buli omu ku Katonda Obusatu era tetulina kwekubiira ku Muntu omu yekka ow'Obusatu. Okujjako nga tukkiriza era ne tukkiririza mu bano abasatu aba Katonda Obusatu, lwe tujja okulokolebwa n'okukkiririza mu Katonda, era tujja kusobola okugamba nti tumanyi Katonda. Bwe tusaba, tusabira mu linnya lya Yesu Kristo, naye nga Katonda Kitaffe yatuddamu, ate nga Omwoyo Omutukuvu yatuyamba okufuna okuddibwamu.

Yesu era yayogera mu Matayo 28:19, "Mugende mufuule amawanga gonna abayigirizwa, nga mubabatiza okuyingira mu linnya lya Kitaffe, n'Omwana, n'Omwoyo Omutukuvu," n'omutume Pawulo yawa abakkiriza omukisa mu linnya ly'Obusatu mu 2 Abakkolinso 13:14, "Ekisa kya Mukama waffe Yesu Kristo, n'okwagala kwa Katonda, n'okusseekimu okw'Omwoyo Omutukuvu, bibeerenga nammwe mwenna." Yensonga lwaki, mu kusaba okw'oku Sande ku makya, omukisa guweebwa abaana ba Katonda basobole okufuna ekisa ky'Omulokozi era Mukama Yesu Kristo, okwagala kwa Katonda Kitaffe, n'okusseekimu wamu n'obujjuvu bw'Omwoyo Omutukuvu.

Okwegaana Katonda Obusatu n'emirimu gy'Omwoyo Omutukuvu

Eriyo abantu abatakkiririza mu Busatu. Mu bo mwe muli Aba Yakuwa. Tebakkiriza nti Yesu Kristo Katonda. Era tebakkiririza mu kigera ekyetengeredde eky'Omwoyo Omutukuvu, kale bwe batyo batwalibwa okubeera nga bannabbi ab'obulimba. Bayibuli egamba abo abeegaana Yesu Kristo era ne beereetera okuzikirira okwangu be bannabbi b'obulimba (2 Peetero 2:1). Balinga abatambulira mu Bukristaayo kungulu naye nga tebagoberera kwagala kwa Katonda. Tebalina webakwataganira na bulokozi era ffe abakkiriza tetulina kulimbibwa.

Ng'ogyeeko bannabbi b'obulimba ng'abo, ekkanisa ezimu ziwakanya emirimu gy'Omwoyo Omutukuvu wadde nga bagamba nti baatula okukkiririza mu Busatu. Bayibuli eraga ebirabo eby'enjawulo eby'Omwoyo Omutukuvu gamba nga okwogera mu nnimi, obunnabbi, okuwonyezebwa okw'obwakatonda, okubikkulirwa, n'okwolesebwa. Era eriyo n'ekkanisa ezimu ezikolokota emirimu gino egy'Omwoyo Omutukuvu nti mikyamu oba ne bagezaako okulemesa emirimu gy'Omwoyo Omutukuvu, wadde nga baatula nga bwe bakkiririza mu Katonda.

Babeera bakolokota ekkanisa ezirabisa ebirabo eby'Omwoyo Omutukuvu nga bagamba nti bannabbi ba bulimba. Kino kinnyiiza Katonda butereevu, era ne balyoka bakola ekibi ekitasonyiyibwa eky'okuvvoola, okunyooma, n'okuwakanya Omwoyo Omutukuvu. Bwe bakola ebibi bino, omwoyo w'okwenenya tajja ku bo, era tebasobola na kwenenya.

Era bwe boogera obubi oba okukolokota omuweereza wa Katonda oba ekkanisa ejjuddemu emirimu gy'Omwoyo Omutukuvu, kibeera kye kimu n'okukolokota Katonda Obusatu era nga beeyisa ng'omulabe eyeesimbye mu maaso ga Katonda. Abaana ba Katonda abaalokolebwa era nga baafuna Omwoyo Omutukuvu tebalina kwewala mirimu egy'Omwoyo Omutukuvu, so nga, balina kugiyaayaanira. Naddala abaweereza tebalina kukoma kukulaba bulabi emirimu gy'Omwoyo Omutukuvu, wabula balina n'okukola emirimu gino egy'Omwoyo Omutukuvu endiga zaabwe zisobole okutambulira mu bulamu obulungi olw'emirimu gino.

1 Abakkolinso 4:20 wagamba, "Kubanga obwakabaka bwa Katonda tebuli mu kigambo, wabula mu maanyi." Singa abaweereza basomesa endiga zaabwe ng'abakozesa okumanya kwe balina oba ng'abakikola kutuusa mukolo, kitegeeza nti bantu abazibe b'amaaso abali mu kukulembera abazibe abalala. Abaweereza balina okusomesa ebisibo byabwe amazima gennyini era ne babaganya okwerabira ku bukakafu obwa Katonda nga balabisa emirimu egy'Omwoyo Omutukuvu.

Ennaku zino z'ogerwako 'Ng'omulembe ogw'Omwoyo Omutukuvu'. Wansi w'okulung'amizibwa kw'Omwoyo Omutukuvu, tufuna emikisa egitayogerekeka n'ekisa kya Katonda Obusatu ateekateeka okuteekebwateekebwa kw'abantu.

Yokaana 14:16-17 wagamba, "Nange ndisaba Kitange, naye alibawa Omubeezi omulala, abeerenga nammwe emirembe n'emirembe. Omwoyo ow'amazima, ensi gw'eteyinza kukkiriza, kubanga temulaba, so temutegeera. Mmwe mumutegeera, kubanga abeera gye muli, era anaabanga mu mmwe."

Oluvannyuma lwa Mukama okutuukiriza obuweereza obw'okulokola abantu, n'azuukira era n'agenda mu Ggulu, Omwoyo Omutukuvu Y'adda mu bigere bya Mukama eby'okuteekateeka abantu. Omwoyo Omutukuvu ali na buli mukkiriza akkiriza Mukama era alung'amya abakkiriza bano ng'atuula mu buli mutima gwa mukkiriza.

Era, ennaku zino ng'ebibi n'ekizikiza byeyongedde okukka mu nsi, Katonda Yennyini yeeraga eri abo abamunoonya okuva ku ntobo y'emitima gyabwe, era n'abawa okukola emirimu gy'Omwoyo Omutukuvu egy'amaanyi. Nsuubira nti munaafuuka abaana ba Katonda abatuufu mu mirimu gya Katonda, Omwana, n'Omwoyo Omutukuvu, musobole okufuna buli kimu kye musabira era mutuuke ku bulokozi obujjuvu.

Eby'okulabirako bya Bayibuli 1

Ebintu ebyabaawo wankaaki w'eggulu ery'okubiri bwe yagguka okutuuka mu ggulu erisooka.

Eggulu erisooka kye kifo kye tulaba n'amaaso gaffe era nga y'ensi mwe tubeera.

Mu ggulu ery'okubiri mwe muli ekifo eky'ekitangaala, Adeni, n'ekifo eky'ekizikiza.

Mu ggulu ery'okusatu we wali obwakabaka bw'eggulu gye tulibeera olubeerera.

Eggulu ery'okuna kye kifo kya Katonda eyasookawo, era nga kyo kibeeramu Katonda Obusatu Yekka.

Buli limu ku 'ggulu' erimenyeddwa lyawulibwa ddala ku linaalyo, kyokka buli bbanga 'liddiridde' eddala.

Bwe kibeera kyetaagisa, wankaaki w'eggulu ery'okubiri asobola okuggulwa okutuuka ku ggulu erisooka mwe tuli kati.

Olumu n'ebbanga ery'eggulu ery'Okusatu n'ery'okuna nabyo bisobola okuggulwa.

Tusobola okulaba omulundi ogutali gumu ng'ebintu eby'omu ggulu ery'okubiri bibaawo mu ggulu erisooka.

Wankaaki w'eggulu ery'okubiri bwaggulwawo era ebintu eby'olusuku Adeni bwe bijja mu bbanga ery'eggulu erisooka, abo ababeera mu ggulu erisooka basobola okulaba n'okukwata ku bintu ebyo.

Omusango Ogw'omuliro ku Sodoma ne Gomola

Olubereberye 19:24 wagamba, "MUKAMA n'alyoka atonnyesa ku Sodoma ne ku Gomola omuliro n'ekibiriiti nga biva mu ggulu." Wano, 'MUKAMA okutonnyesa omuliro okuva mu ggulu' kitegeeza Katonda yaggulawo wankaaki ku bbanga ery'eggulu ery'okubiri era n'atonnyesa omuliro n'ekibiriiti nga biva mu ggulu.

Bwe kityo bwe kyali ne ku lusozi Kalumeeri Eliya bwe yeesimba mu bakabona 850 aba bakatonda b'Amawanga ng'assa wansi omuliro. In 1 Bassekabaka 18:37-38 wagamba, "'Mpulira, Ai MUKAMA, mpulira, abantu bano bamanye nga Ggwe, MUKAMA, ggwe Katonda, era ng'okyusizza emitima gyabwe okuddayo.' Awo omuliro gwa MUKAMA ne gugwa ne gwokya ekiweebwayo ekyokebwa n'enku n'amayinja n'enfuufu, ne gukomebera ddala amazzi agaali mu lusalosalo." Omuliro ogw'eggulu ery'okubiri gusobolera ddala okwokya ebintu eby'eggulu erisooka.

Emmunyeenye eyalung'amya abagezigezi abasatu

Matayo 2:9 wagamba, "Bwe bawulira kabaka, ne bagenda; laba emmunyeenye eyo, gye baalabira ebuvanjuba, n'ebakulembera, n'ejja n'eyimirira waggulu omwana w'ali." Emmunyeenye ey'eggulu ery'okubiri n'erabika, n'etambula nga bweyimirira. Abagezigezi bwe baatuuka we baali bagenda, emmunyeenye n'eyimirira.

Singa emmunyeenye eno yali ya ggulu erisooka, ebintu bingi byandiccankalanye mu bbanga, kubanga emmunyeenye zonna mu ggulu erisooka zirina engeri gye zitambulamu ne weziyita mu nkola ennung'amu. Tusobola okutegeera nti emmunyeenye eyalung'amya abagezigezi abasatu teyali emu kw'ezo ez'omu ggulu erisooka.

Katonda yatambuza emmunyeenye ey'omuggulu ery'okubiri waleme okubaawo okuccankalana kw'onna mu ntambula y'ebintu mu ggulu erisooka. Katonda yaggulawo ebbanga ery'eggulu ery'okubiri abagezigezi basobole okulaba emunyeenye.

Maanu eyaweebwanga abaana ba Isiraeri

Okuva 16:4 wagamba, "MUKAMA n'alyoka agamba Musa nti, 'Laba, nditonnyesa emmere okuva mu ggulu ku lwammwe, n'abantu balifuluma okukung'anya ekitundu eky'olunaku buli lunaku, ndyoke mbakeme nga banaatambuliranga mu mateeka Gange.'"

Nga bwe Yagamba nti 'Nditonnyesa emmere okuva mu ggulu', Katonda y'awa abaana ba Isiraeri emaanu bwe baali nga batambula mu ddungu okumala emyaka 40. Maanu yalinga bw'olaba akantu akatono akeekulungirivu, akatono ng'omusulo omukwafu oguba ku nsi. Yali ewoomerera nga keeki. Era nga bwe kinyonyoddwa, mu Bayibuli mulimu bingi ebiraga ebyabaawo wankaaki eri ku bbange ly'eggulu ery'okubiri bwe yaggulibwawo eri eggulu erisooka.

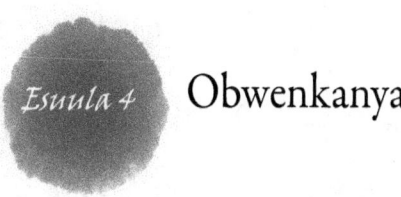

Obwenkanya

> Tusobola okugonjoola buli kizibu ekya buli kika era ne tussa wansi emikisa n'okuddibwamu eri okusaba kwaffe bwe tutegeera obwenkanya bwa Katonda obulungi, era ne tubutambuliramu.

Obwenkanya bwa Katonda

Katonda Akuuma Amateeka Ge Awatali Kugamenya

Okutambulira mu mateeka ag'obwenkanya bwa Katonda

Enjuyi ebbiri ez'amateeka

Ekigera ekya waggulu mu mateeka

Okukkiriza n'obugonvu- ebiragiro ebisookerwako eby'amateeka

"Era anaayolesanga obutuukirivu bwo ng'omusana, n'omusango gwo ng'ettuntu."

Zabuli 37:6

Eriyo ebizibu ebitasobola kugonjoolebwa na ngeri ya muntu yonna. Kyokka nga bisobola okuvaawo mu ddakiika ntono nnyo singa Katonda abiteeka mu mutima Gwe.

Eky'okulabirako, waliwo okubala omwana wa pulayimale kwatasobola, so nga mu ba siniya oba obawadde mmere kulya! Mu ngeri y'emu, eri Katonda tewali kimulema, kubanga yafuga ebika by'eggulu byonna.

Okusobola okwerabira ku maanyi ga Katonda Omuyinza wa byonna, tulina okumanya engeri ey'okufunamu eby'okuddamu okuva eri Katonda era ne tuzitambuliramu. Tusobola okugonjoola era ne tufuna okuddibwamu wamu n'emikisa, bwe tutegeera obwenkanya bwa Katonda obulungi era ne tubutambuliramu.

Katonda Bwenkanya

Obwenkanya kitegeeza Amateeka Katonda ge yassaawo, n'amateeka ago okubeera nga gatuukirizibwa. Okukyogera mu ngeri ennyangu, kibanga bw'olaba etteeka erigamba nti 'buli ekibeerawo-kibaako-ekikireese'. Waliwo amateeka nga ekintu okusobola okutuukawo wateekwa okubaawo ekikolebwa.

N'abatali bakkiriza bagamba nti ky'osiga ky'okungula. Waliwo enjogera e Korea egamba nti, "Okungula bijanjaalo we wasiga ebijanjaalo, era n'okungula nnambaale we wasiga nnambaale." Nga bwe waliyo amateeka nga gano, amateeka ag'obwenkanya ate go gagobererwa nnyo awatali kusuulamu wadde akatono mu mazima ga Katonda.

Bayibuli egamba, "Musabe, muliweebwa, munoonye, muliraba, mweyanjule muliggulirwawo" (Matayo 7:7). "Temulimbibwanga, Katonda tasekererwa, kubanga omuntu ky'asiga era kyalikungula" (Abaggalatiya 6:7). "Naye kye njogedde kino nti, Asiga entono, alikungula ntono, era asiga ennyingi, alikungula nnyingi" (2 Abakkolinso 9:6). Bino byakulabirako ebitono ennyo eby'amateeka ag'obwenkanya.

Era, eriyo n'amateeka agakwata ab'onoonyi. Abaruumi 6:23 wagamba, "Kubanga empeera y'ekibi kwe kufa, naye ekirabo kya Katonda bwe bulamu obutaggwaawo mu Kristo Yesu Mukama waffe." Engero 16:18 wagamba, "Amalala gakulembera okuzikirira, n'omwoyo ogwegulumiza gukulembera ekigwo." Yakobo 1:15 wagamba, "Okwegomba okwo ne kulyoka kubeera olubuto, ne kuzaala okwonoona, n'okwonoona okwo, bwe kumala okukula, ne kuzaala okufa."

Ng'ogyeeko amateeka nga gano, eriyo n'amateeka abatali bakkiriza ge batasobola kutegeera. Eky'okulabirako, Matayo 23:11 wagamba, "naye mu mmwe, abasinga obukulu anaabanga muweereza wammwe." Matayo 10:39 wagamba, "Alaba obulamu bwe, alibubuza, abuza obulamu bwe ku Lwange alibulaba." Ebikolwa 20:35 ekitundu ekisembayo kigamba nti, "Okugaba kwa mukisa okusinga okutoola." Ng'ogyeeko obutategeera, abatali bakkiriza balowooza nti amateeka gano makyamu.

Naye Ekigambo kya Katonda tekibeerangako kikyamu era tekikyukakyuka. Amazima ensi geyogerako gakyuka bwe wayitawo ebbanga, naye ebigambo bya Katonda ebyawandiikibwa mu Bayibuli, gamba nga amaateeka ag'obwenkanya, gatuukirizibwa nga bwe gaawandiikibwa.

N'olwekyo, tulina okutegeera mu ngeri entuufu obwenkanya bwa Katonda, tusobole okutegeera ekivuddeko ekizibu ekibeera kiguddewo era ne tukigonjoola. Mu ng'eri y'emu tusobola n'okufuna okuddibwamu eri okuyaayaana kw'emitima gyaffe. Bayibuli ennyonyola ensonga lwaki tufuna endwadde, lwaki tubeera ne bbula ly'ensimbi, lwaki tubulwa emirembe mu maka gaffe, oba lwaki tubulwa ekisa kya Katonda era ne twesittala.

Singa tutegeera amateeka ag'obwenkanya agaawandiikibwa mu Bayibuli, tusobola okufuna emikisa n'okuddibwamu eri okusaba kwaffe. Katonda mu bwesigwa akuuma Amateeka gonna Ge yateekawo, era n'olwekyo, bwe tugatambuliramu, ddala tujja kufuna emikisa n'okuddibwamu eri ebizibu byaffe byonna.

Katonda Akuuma Amateeka Ge Awatali Kugamenya

Katonda ye Mutonzi era Afuga ebintu byonna, kyokka talina tteeka na limu ery'obwenkanya lyamenya. Tagamba nti, "Nze eyakola amateeka ago, ne bwe ngamenya." Buli kimu Akikolera mu mateeka, awatali nsobi yonna.

Okutununula mu bibi byaffe okusinziira ku mateeka ag'obwenkanya, kye kyaleeta Omwana wa Katonda, Yesu, n'aka ku nsi kuno era n'afa ku musalaba.

Abamu bayinza okugamba, "Lwaki Katonda tazikiriza oyo Setaani n'alokola abantu bonna?" Naye tasobola kukola kintu ng'ekyo. Ye yateekawo amateeka ag'obwenkanya bwe yali Ateekateeka okuteekebwateekebwa kw'omuntu olubereberye, era agakuuma nga bwe galina okubeera. Yensonga lwaki Yawaayo ssaddaaka ey'amaanyi ennyo bw'etyo bwe Yakkiriza okuwaaayo omwana We omu Yekka okusobola okutuggulirawo ekkubo ery'obulokozi.

N'olwekyo, tetusobola kulokolebwa wadde okugenda mu Ggulu nga twatudde bwatuzi nti, "Nzikiriza!" na mimwa gyaffe n'okugenda mu kkanisa. Tulina okubeera nga tutambulira mu mateeka agafuga obulokozi agaateekebwawo Katonda. Ffe okusobola okulokolebwa tulina okukkiririza mu Yesu Kristo ng'Omulokozi waffe era ne tugondera Ekigambo kya Katonda nga tutambulira mu mateeka ag'obwenkanya.

Ng'ogyeeko ensonga eno ey'obulokozi, eriyo ebitundu bingi mu Bayibuli ebitunyonyola obwenkanya bwa Katonda, oyo atuukiriza buli kimu mu bujuvu nga amateeka g'ensi ey'omwoyo bwe gali. Bwe

obwenkanya • 59

tuba nga tusobola okutegeera obwenkanya buno, kijja kutwanguyira okugonjoola ebizibu ebiva mu bibi byaffe. Kijja kutwanguyira ffe okubeera nga tufuna emikisa n'okuddibwamu eri okusaba kwaffe. Eky'okulabirako, olina kukola ki singa oyagala okufuna okuyaayaana kw'omutima gwo?

Zabuli 37:4 wagamba, "Ssanyukiranga MUKAMA; Naye anaakuwanga omutima gwo bye gusaba." Okusobola okusanyukira mu Katonda, olina okusooka okumusanyusa. Era tusobola okuzuula engeri nnyingi ez'okusanyusaamu Katonda mu bitundu bingi ebya Bayibuli.

Ekitundu ekisooka kisangibwa mu Abaebbulaniya 11:6 awagamba nti, "Era awataba kukkiriza tekiyinzika kusiimibwa." Tusobola okusanyusa Katonda gye tukoma okukkiririza mu Kigambo kya Katonda, ne tweggyako ebibi, ne tufuuka abatukuziddwa. Era, tusobola okusanyusa Katonda n'okufuba kwaffe wamu n'ebiweebwayo byaffe nga Kabaka Sulemaani eyawaayo ssaddaaka olukumi. Tusobola n'okukola emirimu egy'obwannakyewa ku lw'obwakabaka bwa Katonda. Ate esobola n'okubeerayo n'engeri endala nnyingi.

N'olwekyo, tulina okukitegeera nti okusoma Bayibuli n'okuwuliriza obubaka obubuulirwa y'emu ku ngeri ey'okuyigamu amateeka ag'obwenkanya. Bwe tugoberera amaateeka ago era ne tusanyusa Katonda tusobola okufuna okuyaayaana kw'emitima gyaffe, era ne tuddiza Katonda ekitiibwa.

Okutambulira mu mateeka ag'obwenkanya bwa Katonda

Okuva lwe nakkiriza Mukama era ne ntegeera amateeka ga Katonda, kyafuuka kya mukisa gyendi okutambulira mu bulamu obw'okukkiriza. Bwe n'ayongera okutambulira mu maateeka ag'obwenkanya, n'afuna okwagala kwa Katonda n'emikisa

egy'eby'ensimbi.
Era, Katonda agamba nti anaatukuumanga obutakwatibwa ndwadde wadde okugwa mu mitawaana singa tutambulira mu Kigambo kya Katonda. Era engeri nze n'abomu maka gange gye tubadde tutambulira mu kukkiriza kwokka, abantu b'omu maka gange bonna babadde balamu bulungi okuba nti tetugendangako mu ddwaliro lyonna wadde okumira eddagala okuva lwe n'akkiriza Mukama.

Olw'okuba n'akkiririza mu bwenkanya bwa Katonda obw'okukungula bye tusize, n'anyumirwanga nnyo okubaako kye mpaayo eri Katonda wadde nga nali mu bulamu obw'ekyavu. Abantu abamu bagamba, "Ndi mwavu nnyo sirina na kyakuwa Katonda." Kyokka nanyiikiranga okuwaayo kubanga nali mwavu.

2 Abakkolinso 9:7 wagamba nti, "Buli muntu akolenga nga bw'amaliridde mu mutima gwe, si lwa nnaku, newakubadde olw'okuwalirizibwa, kubanga Katonda ayagala oyo agaba n'essanyu." Nga bwe kyogedde, Sijja eri Katonda na ngalo nkalu.

Bulijjo n'anyumirwanga nnyo okuwaayo eri Katonda n'okwebaza wadde n'alinanga ntono, era tewaayita bbanga ddene n'enfuna emikisa gy'ensimbi. Nga mpaayo n'essanyu kubanga n'amanya nti Katonda ajja kunzirizaawo, eky'omuyiika ekisukundiddwa era ekikubisaamu emirundi 30, 60, oba 100 bwe n'awangayo eri obwakabaka bwa Katonda n'okukkiriza.

Era ekyavaamu, N'ensasula ebbanja eddene ennyo eryali limanjibwa nga lyagenda lyeyongerako bwe nali ku ndiri okumala emyaka musanvu, era okutuuka leero, n'aweebwa nnyo omukisa nti sirina kye njula.

Era, olw'okuba n'amanya amateeka ag'obwenkanya bwa Katonda, nti Katonda awa amaanyi Ge abo abatambulidde mu bulamu obutalina kibi era abatukuziddwa, n'abeeranga n'eggyako obubi okuyita mu kusaba okw'amaanyi n'okusiiba, era ekyavaamu n'enfuna amaayi ga Katonda.

Olwaleero amaanyi ga Katonda ag'ewuunyisa gendaga galabisibwa kubanga n'atuuka ku kigera eky'okwagala n'obwenkanya Katonda kyanneetaaza nga mpita mu bizibu ebingi wamu n'okusoomoozebwa n'obugumiikiriza. Katonda teyampa buwi maanyi Ge awatali kakwakkulizo konna. Agampadde olw'okugoberera amateeka g'obwenkanua mu bujjuvu. Eyo yensonga lwaki omulabe Setaani tayinza kuwakanya kino.

Ng'ogyeeko ekyo, nnakkiriza era n'entambulira mu buli bigambo byonna ebya Bayibuli, era ne nneerabira ne ku mirimu egy'eby'amagero egyawandiikibwa mu Bayibuli.

Emirimu ng'egyo tegisobola kukolebwa nze nzekka. Omuntu yenna bwategeera amateeka ag'obwenkanya bwa Katonda agaawandiikibwa mu Bayibuli era n'agatambuliramu, asobola okufuna ebika by'emikisa gye gimu nga gye n'afuna.

Enjuyi ebbiri ez'amateeka

Ebiseera ebisinga abantu balowooza nti amateeka kintu kizibu nnyo ekigenderako ebibonerezo. Kituufu, okusinziira ku mateeka ebibonerezo eby'entiisa bigoberera ebibi n'obubi, so ng'ate, gano ge gayinza okufuuka ekisumuluzo okutuleetera emikisa

Amateeka galinga bw'olaba enjuyi ebbiri ez'ekinusu. Eri abo abatambulira mu kizikiza, kintu ekitiisa, naye eri abo abatambulira mu Musana, kye kintu ekirungi ennyo. Omubbi bwakwata akambe kibeera kifuuse kissi, kyokka akambe ako bwe kakwatibwa maama, kabeera ka kutegeka mmere ne kamuyamba okufumbira ab'omu maka ge emmere ewooma.

N'olwekyo kisinziira ku muntu wakika ki amateeka ga Katonda kwe gakolera, gayinza okubeera agatiisa ennyo oba gayinza okubeera ekintu ekisanyusa ennyo. Bwe tutegeera enjuyi zino ebbiri ez'amateeka, tusobola n'okutegeera nti amateeka gatuukirizibwa na kwagala, era ng'okwagala kwa Katonda nakwo kutuukirizibwa mateeka. Okwagala okutaliimu mateeka tekubeera kwagala kutuufu, era n'amateeka awatali kwagala tebuyinza kubeera bwenkanya.

Eky'okulabirako, watya ng'okuba abaana bo buli lwe babeerako ekikyamu kye bakoze? Oba, watya nga tokwata ku baana bo ne bwe bakola ensobi ezifaanana zitya? Mu mbeera zombi, ojja kuleetera abaana bo okwonooneka.

Okusinziira ku bwenkanya, olumu olina okubonerereza ddala abaana bo olw'ensobi ze bakoze, naye toyinza kubeera 'ng'obonereza babonereze' ekiseera kyonna. Olumu weetaaga okubawaamu omulundi omulala, era bwe balekayo ekyo kye babadde bakola, olina okubasonyiwa n'okubasaasira n'okwagala kwo. Naye era, toyinza kumala gasaasira buli ssaawa. Olina okulung'amya abaana bo obulungi okuyita mu bibonerezo bwe kibeera kyetaagisa.

Katonda atubuulira ku butalekaayo kusonyiwa Matayo 18:22, awagamba nti, "Sikugamba nti okutuusa emirundi musanvu, naye nti okutuusa emirundi ensanvu emirundi omusanvu."

So nga mu kiseera kye kimu, Katonda agamba nti olumu okwagala okutuufu kugenderako ebibonerezo. Abaebbulaniya 12:6 wagamba, "Kubanga Mukama gw'ayagala amukangavvula, Era akuba buli mwana gw'akkiriza." Bwe tutegeera kino enkolagana eno eriwo wakati w'amateeka n'okwagala, era tujja na kutegeera nti amateeka gatuukirizibwa na kwagala, era gye tukoma okulowooza ku mateeka, tujja kutegeera nti eriyo okwagala okw'ebuziba okukwekeddwa mu mateeka.

Ekigera ekya waggulu mu mateeka

Amateeka era galina ekigera eky'enjawulo okusinziira ku bika by'eggulu eby'enjawulo. Kwe kugamba, kasita tweyongera waggulu mu mitendera egy'eggulu, okuva ku ggulu erisooka okugenda mu ggulu ery'okubiri, ery'okusatu, n'ery'okuna, ekigera ky'amateeka nakyo kyeyongera okugaziwa n'okugenda ebuziba. Mu buli kika kya Ggulu ebintu bitambuzibwa mu ngeri yanjawulo okusinziira ku mateeka ag'ekika ky'eggulu eryo.

Ensonga lwaki waliwo enjawulo mu kigera eky'amateeka mu buli kika kya ggulu lwakuba ekigera ky'okwagala mu buli kika kya ggulu nakyo kyanjawulo. Okwagala n'amateeka tebisobola kwawulwa. Okwagala gye kukoma okubeera ku kigera ekya waggulu, n'amateeka gye gakoma okubeera ku kigera ekya waggulu.

Bwe tusoma Bayibuli, kiyinza okulabika nga amateeka mu Ndagaano Enkadde n'ago ag'Endagaano Empya ganjawulo. Eky'okulabirako, Endagaano Enkadde egamba, "Oli bwakugyamu eriiso, naawe mugyeemu eriiso." nga ye nnono y'okuddiza, naye mu Ndagaano Empya wagamba, "Yagala abalabe bo." Ennono ey'okuddiza yakyusibwa okufuuka ennono ey'okusonyiwa n'okwagala. Olwo, tukitwale nti okwagala kwa Katonda kwakyusibwa?

Nedda, si bwe kiri. Katonda mwoyo era takyukakyuka olubeerera, kale omutima gwa Katonda n'okwagala Kwe ebiri mu Ndagaano Enkadde n'empya bye bimu. Lwakuba kisinziira ku bantu batuuse wa mu kutuukiriza okwagala, amateeka ge gamu gajja kukozesebwa mu bigera eby'enjawulo. Okutuuka Yesu lwe yajja mu nsi muno era n'atuukiriza Amateeka n'okwagala, omutendera gw'okwagala abantu gwe baali bategeera gwali wansi ddala.

Singa baali bagambiddwa nti bagale n'abalabe baabwe, nga lino etteeka liri ku mutendera gwa waggulu, tebandikisobodde. Olw'ensonga eno, mu Ndagaano Enkadde, amateeka gaali ku mutendera ogwa wansi, gamba nga 'eriiso ku lw'eriiso', lye lyakozesebwa okusobola okuleetawo emirembe.

Kyokka, Yesu bwe yamala okutuukiriza Amateeka n'okwagala ng'ajja eri ensi eno n'awaayo obulamu Bwe ku lwaffe ab'onoonyi, omutendera gw'amateeka Katonda gwatwetaaza ffe abantu gwayimusibwa.

Nga tukozesa eky'okulabirako kya Yesu, twalabye dda ekigera ky'okwagala nga kyambuka okuva ku mutendera ogwa wansi, nga kyambuka ku mutendera ogw'okwagala n'abalabe bo. Ennono eyo ey'okuddiza 'eriiso ku lw'eriiso' tekyakola nate. Kati, Katonda atwetaaza ekigera eky'amateeka ng'enono ez'okusonyiwa n'okusaasira ziteekebwa mu nkola. Ekituufu, Katonda kye nnyini kye yali ayagala, ne mu biseera by'Endagaano Enkadde, kwali kusonyiwa n'okusaasira, naye abantu mu kiseera ekyo baali tebayinza kukitegeera.

Nga bwe kyanyonyoddwa, nga bwe waliwo enjawulo mu kigera eky'okwagala n'amateeka mu Ndagano Enkadde n'Empya, omutendera amateeka kwe gali gwanjawulo okusinziira ku kigera ky'okwagala ekiri mu buli kika ky'eggulu.

Eky'okulabirako, bwe yalaba omukazi eyali akwatiddwa mu kikolwa eky'obwenzi lubona, abantu abaali batambulira ku mutendera ogwa wansi ogw'amateeka ogw'omu ggulu erisooka baali bagamba omukazi ono bamukube amayinja afe. Naye Yesu, eyali atambulira mu mateeka ag'oku mutendera ogusingirayo ddala okuba waggulu nga gwe mutendera ogw'eggulu ery'okuna, kwe kumugamba nti, "Nange sisala kukusinga. Genda. Okusooka leero toyonoonanga lwa kubiri" (Yokaana 8:11).

N'olwekyo, amateeka gali mu mutima gwaffe, era buli muntu awulira ekigera kya njawulo eky'amateeka okusinziira ku gyakomye okujjuza omutima gwe n'okwagala era ng'ateeseteese omutima gwe n'omwoyo. Olumu, abo abalina amateeka ag'oku mutendera ogwa wansi tebasobola kutegeera mateeka ag'abo abatambulira mu mateeka agali ku mutendera ogwa waggulu.

Kiri bwe kityo lwakuba abantu ab'omubiri tebasobola kutegeera bulungi Katonda kyakola. Abo bokka abateeseteese omutima gwabwe n'okwagala n'emmeeme ey'omwoyo be basobola okutegeera amateeka ga Katonda era na bagatambuliramu.

Kyokka okutambulira mu mateeka agali ku mutendera ogwa waggulu tekitegeeza nti kijja kuggyawo amateeka agali ku mutendera ogwa wansi. Yesu yali atambulira mu mateeka ag'oku mutendera ogw'okuna ogw'eggulu, kyokka teyabuusa maaso mateeka ga ku nsi kuno. Kwe kugamba, Yalaga amateeka agatambulirwamu ku mutendera ogw'eggulu ery'okusatu oba n'okweyongerayo waggulu ngali ku nsi kuno kyokka nga tamenye mateeka ga ku nsi kuno.

Mu ngeri y'emu, tetusobola kumenya mateeka agagobererwa mu ggulu erisooka nga tubeera mu ggulu lino erisooka. Kituufu, ekigera ky'okwagala kwaffe bwe kigenda kigaziwa, n'obugazi bw'amateeka nabwo nga bweyongera, naye nga ebyo ebisookerwako bisigala bye bimu. Na bwe kityo tulina okutegeera obulungi engeri amateeka bwe gatambula.

Okukkiriza n'obugonvu– ebiragiro ebisookerwako eby'amateeka

Olwo, ebyo ebisookerwako n'ennono z'amateeka bye tulina okutegeera era ne tugoberera okusobola okufuna okuddibwamu eri essaala zaffe bye biri wa? Mulimu ebintu bingi omuli, eky'okulabirako, obulungi n'obwetowaaze. Naye ng'ebibiri ebisingirayo ddala obukulu kwe kukkiriza n'obugonvu. Ze nnono z'amateeka ezitusobozesa okufuna okuddibwamu bwe tukkiriza Ekigambo kya Katonda era ne tukigondera.

Omukulu w'ekitongole mu Matayo essuula 8 yalina omuddu we omulwadde. Yali mukulu wa kitongole mu ggye ly'Obwakabaka bw'Abaruumi abaali bafuga mu biseera ebyo, kyokka yali mwetowaaze okutuuka okujja eri Yesu. Era, yalina n'omutima omulungi ye okusituka n'ajja eri Yesu ku lw'omuddu we eyali omulwadde.

Okusinga byonna, ensonga lwaki yasobola okufuna okuddibwamu lwakuba yalina okukkiriza. Nga tannajja eri Yesu, ateekwa okuba yali awulidde bingi nnyo ku Yesu okuva mu bantu abaali bamwetooloodde. Ateekwa okuba yali yawulirako ku mawulire g'abamuzibe abazibuka amaaso, bakasiru okwogera, n'abalwadde bangi okuwonyezebwa Yesu.

Bwe yawulira amawulire ng'ago omukulu w'ekitongole n'akkiririza mu Yesu era n'afuna okukkiriza nti naye yali asobola okufuna okuyaayaana kwe yalina eri omuddu we bwatyo kwe kujja eri Yesu.

Bwe yasisinkana Yesu, yayatula ebigambo eby'okukkiriza ng'agamba nti, "Mukamu wange, sisaanira Ggwe okuyingira wansi w'akasolya kange, naye yogera kigambo bugambo, omulenzi wange anaawona" (Matayo 8:8). Yasobola okwogera bye yayogera kubanga yali atadde obwesige bwe bwonna mu Yesu kasita yawulira amawulire agamukwatako.

Ffe okusobola okufuna okukkiriza ng'okwo, tulina okusooka okwenenya olw'obutagondera Kigambo kya Katonda. Bwe tuba twanyiiza Katonda mu ngeri yonna, bwe tuba tetwatuukiriza bweyamo bwe twakola mu maaso ga Katonda, Bwe tubeera tetwakuumanga lunaku lwa Mukama nga lutukuvu oba nga tubadde tetwangayo kimu eky'ekkumi ekijjjuvu, olwo nno tulina okwenenya olw'ebintu bino byonna.

Era, tulina n'okwenenya olw'okwagala ensi, obutabeera mu mirembe n'abantu, okuterekanga obubi munda mu ffe n'okubutambuliramu gamba nga okusunguwala, okweccaawa, okuggwaamu amaanyi, okuwalana, obuggya, ensaalwa, okuyomba, n'obulimba. Bwe tumenyaamenya ebisenge bye bibi bino era ne tufuna okusaba okuva eri omuweereza wa Katonda ow'amaanyi, tusobola okuweebwa okukkiriza okutufunyisa eby'okuddamu, era tusobolera ddala okufuna eby'okuddibwamu nga bwe tukkiriza nti kisoboka, okusinziira ku nnono z'amateeka.

Okwongereza ku bintu bino, eriyo ebintu ebirala bingi bye tulina okugondera n'okugoberera okusobola okufuna okuddibwamu, gamba nga okugenda ku kkanisa okukung'aana, obutalekaayo kusaba, n'okuwaayo eri Katonda. Era ffe okusobola okugonda mu bujjuvu, tulina okweganyisa nga ffe mu bujjuvu.

Kwe kugamba, tulina okweggyako amalala gonna, okwemanya, okwetwala nti bye tumanyi bye bituufu, endowooza zaffe zonna n'enjigiriza bye tukkiririzaamu, amalala g'ensi eno agataliimu, n'okwagala okwesigama ku nsi eno. Bwe twetowaaliza ddala n'okwegaanyisa mu ngeri eno, tusobola okufuna okuddibwamu okusinziira ku mateeka ag'obwenkanya nga bwe kyawandiikibwa mu Lukka 17:33, awagamba nti, "Buli anoonya okulokola obulamu bwe alibubuza, naye buli abubuza alibuwonya."

Okusobola okutegeera amateeka ga Katonda n'okugagondera kitegeeza okukkiriza Katonda. Kubanga bwe tukkiriza Katonda, olwo tusobola okugoberera amateeka ge yassaawo. Era kubeera kukkiriza okukkiririza mu Katonda mu ngeri eno, era okukkiriza okutuufu bulijjo kugobererwa ebikolwa eby'obugonvu.

Bw'ozuula obubi bwonna mu ggwe ng'okozesa Ekigambo kya Katonda okwetunulamu, olina okwenenya era okyuka okuva mu ngeri ezo. Nsuubira nti ojja kwesigira ddala Katonda era omwesigameko mu bujjuvu. Mu kukola kino, nsuubira nti onootegeera amateeka ag'obwenkanya aga Katonda limu ku limu era ogatambuliremu osobole okufuna okuddibwamu n'emikisa okuva eri Katonda oyo atuganya okukungula nga bwe tusiga era atusasula okusinziira ku bikolwa byaffe.

Omumbejja Jane Mpologoma (London, e Bungereza)

Okusinziira ku mukutu gwa halfway around the globe

Mbeera Birmingham. Kifo kirungi nnyo. Ndi muwala wa pulezidenti eyasooka okufuga obwakabaka bwa Buganda, era n'afumbirwa omusajja omukakkamu ennyo, ow'ekisa eno mu Bungereza era tulina abaana abawala basatu.

Abantu bangi bandyagadde okubeera mu bulamu obw'esente nga buno, naye nze saali musanyufu. Bulijjo n'alinanga ennyonta mu nze etaawonyezebwanga kintu kyonna. Okumala ebbanga ddene n'alumizibwanga nnyo munda mu lubuto. Nga sseebaka bulungi wadde okulya.

Ate era ng'ansumbuyibwa ebirwadde ebirala bingi, omuli endwadde ez'enjawulo gamba nga puleesa, n'omutima n'amasavu ku misuwa. Abasawo nga bandabula dda nti n'andifuna okusanyalala oba omutima okwesiba omulundi gumu.

Naye mu mwezi gw'omunaana omwaka 2005, n'afuna enkyukakyuka mu bulamu bwange. N'afuna omukisa n'ensisinkana omu ku

Ng'ali n'omwami we David

basumba b'ekkanisa ya Manmin Central Church eyali akyaddeko mu London. N'ampa obutabo n'obubaka bw'enjiri ku butambi, era ne binkwatako nnyo.

Bwali bwesigamiziddwa ku Bayibuli, kyokka nga siwuliranga ku bubaka bw'amaanyi nga buno wantu walala wonna. Omwoyo wange eyalina ennyonta n'ajjuzibwa, n'amaaso gange ag'omwoyo ne gabikkulwa okutegeera Ekigambo.

Ekyavaamu n'engendako e South Korea. Kasita n'ayingira mu kkanisa eya Manmin Central Church omubiri gwange gwonna ne gujjula emirembe. Omusumba omukulu Rev. Jaerock Lee n'ansabira. Kyokka n'amala kuddayo Bungereza n'endyoka ntegeera okwagala kwa Katonda. Ebyava mu kukeberebwa n'ekyuma okwakolebwa mu mwezi gw'ekkumi ng'ennaku z'omwezi 21 byalaga nti nali mulamu tewaali kizibu kyonna. Amasavu nga g'ego ge nina okubeera n'ago mu mubiri, ne puleesa nga nayo eteredde. Gaali maanyi ga kusaba!

Kino ekyantuukako kyannyongera okukkiriza okw'amaanyi. N'alina obuzibu n'omutima, n'empandiikira omusumba omukulu Rev. Jaerock Lee okunsabira. N'ansabira mu kumu ku kusaba okw'ekiro eky'olw'okutaano mu kkanisa enkulu eya Manmin Central Church mu mwezi ogw'ekkumi n'ogumu ng'ennaku z'omwezi 11. Okusaba kuno n'akufunira ku mukutu gwa intaneeti mu nkola emanyiddwa nga half-way around the globe.

Yasaba nti, "Ndagira mu linnya lya Yesu Kristo, endwadde

ey'omutima vvaawo, genda. Katonda Kitaffe, muwonye!"
N'awulira omulimu ogw'amaanyi ogw'Omwoyo Omutukuvu bwe n'afuna okusaba. Nandigudde ekigwo eky'amaanyi singa omwami wange yali tankutte. N'addamu okutegeera nga wayise obutikitika ng'asatu.
Nneneekebeza ng'ennaku z'omwezi 16 omwezi ogw'ekkumi n'ogumu. Dokita wange ye yampa amagezi ago kubanga n'alina obuzibu ku gumu ku misuwa gy'omu mutima. Baakebera ne kamera ng'eri ku kapiira. Era ebyalabibwa byali byewuunyisa.
Dokita n'agamba, "Sirabanga ku mutima mulamu nga guno mu kisenge kino mu myaka mingi ddala."
N'abuguumirira omubiri gwonna, kubanga n'awulira emikono gya Katonda nga ginkutteko bwe n'awulira ebigambo bya dokita. Okuva olwo n'ensalawo okutambulira mu bulamu obw'enjawulo. Nga ntwalira enjiri abavubuka, abalekeddwawo n'abo bonna abagala okugiwulira.
Era Katonda n'asobozesa ekirooto kyange okutuukirira. Nze n'omwami wange ne tutandika ekkanisa ya London Manmin Church ng'aba minsani era tubuulira Katonda omulamu.

Bisimbuddwa mu kitabo ekiyitibwa Ebintu ebitalabikalabika

Essuula 5 Obugonvu

> Okugondera Ekigambo kya Katonda ne 'Weewaawo' saako 'Amiina' lye kkubo eryangu ery'okwerabira ku mirimu gya Katonda.

Obugonvu obutuukiridde obwa Yesu

Yesu Yagondera amateeka ag'eggulu erisooka

Abantu abeerabira ku mirimu gya Katonda olw'obugonvu

Obugonvu bwe bukakafu obw'okukkiriza

Ekkanisa ya Manmin Enkulu, ekulembeddemu okubunyisa enjiri mu nsi yonna mu bugonvu

"Era bwe yalabikira mu mutindo ogw'obuntu, ne yeetoowaza, nga muwulize okutuusa okufa, era okufa okw'oku musalaba."

Abafiripi 2:8

Bayibuli eraga emirundi mingi ng'ebintu ebitasobokera ddala kutuukawo byasoboka ku bwa Katonda Omuyinza wa buli kintu. Waaliwo ebintu ebyewuunyisa nga enjuba n'omwezi okuyimirira mu kifo kimu, n'ennyanja okweyawulamu era abantu ne basala ennyanja eyo nga batambulira ku lukalu. Ebintu ng'ebyo tebisobola kutuukawo okusinziira ku mateeka ag'eggulu erisooka, wabula bisoboka okusinziira ku mateeka ag'eggulu ery'okusatu oba okusingawo.

Ffe okusobola okwerabira ku mirimu ng'egyo egya Katonda tulina okubaako obukwakkulizo bwe tutuukiriza. Eriyo obukwakkulizo obuwera obulina okutuukirizibwa era obumu ku bwo mwe muli obugonvu nga kino kikulu nnyo. Okugondera Ekigambo kya Katonda Omuyinza wa buli kintu ne 'Weewaawo' wamu ne 'Amiina', lino lye kkubo eryangu ery'okwerabira ku mirimu gya Katonda.

1 Samwiri 15:22 wagamba, "Samwiri n'ayogera nti, 'MUKAMA asanyukira ebiweebwayo ebyokebwa ne ssaddaaka okwenkana nga bw'asanyukira okugondera eddoboozi lya MUKAMA? Laba, okugonda kusinga ssadaaka obulungi, n'okuwulira kusinga amasavu g'endiga ennume.'"

Obugonvu obutuukiridde obwa Yesu

Yesu yagondera okwagala kwa Katonda okutuuka lwe yakomererwa ku musalaba okusobola okulokola abantu abaali ab'onoonyi. Tusobola okulokolebwa olw'okukkiriza okuyita mu bugonvu bwa Yesu obwenkanidde awo. Okusobola okutegeera engeri gye tuyinza okulokolebwa olw'okukkiriza kwaffe mu Yesu, tulina okusooka okutegeera engeri omuntu gye yakwatamu ekkubo ery'okuzikirira mu kusooka.

Nga tannayonoona, Adamu yali yeeyagalira mu bulamu obutaggwaawo mu lusuku Adeni. Naye bwe yayonoona n'alya ku muti ogwamugaanibwa, okusinziira ku tteeka ery'omwoyo erigamba nti, 'empeera y'ekibi kwe kufa' (Abaruumi 6:23), yalina okufa n'okugwa mu Ggeyeena.

Naye olw'okuba yamanya nti Adamu yali wa kwonoona nga n'ebiro tebinnabaawo, Katonda yateekateeka Yesu Kristo. Kyali bwe kityo olw'okuggulawo ekkubo ery'obulokozi ekisangibwa mu mateeka ga Katonda. Olw'okuba Yesu yali Kigambo nga kye kyafuuka omubiri, yazaalibwa mu nsi muno mu mubiri ogw'omuntu.

Olw'okuba Katonda yakola obunnabbi ku Mulokozi era Omununuzi, n'omulabe Setaani yali amumanyiko. Era bulijjo setaani yakolanga olukwe olw'okutta Omulokozi. Abasajja abagezigezi abaava e buvanjuba bwe baagamba nti Yesu yali azaaliddwa, setaani n'ayingira mu Kabaka Kerodde okutta abaana bonna ab'obulenzi abaali wansi w'emyaka ebiri.

Era, setaani yasiikuula emitima gy'abantu ababi okubeera nga bakomerera Yesu. Omulabe Setaani yalowooza nti bw'atta obussi Yesu, eyali asse ku nsi okufuuka Omulokozi, nti yali ajja kutwala ab'onoonyi bonna eri Ggeyeena era bonna babeere wansi w'obuyinza bwe.

Naye olw'okuba Yesu teyalina kibi kisikire wadde ebibi bye yeekolera nga Ye yali talina kuttibwa okusinziira ku tteeka ery'omwoyo erigamba nti empeera y'ekibi kufa. Kyokka ye setaani n'aviirako okuttibwa kwa Yesu bwatyo n'amenya etteeka lino.

Era ekyavaamu, Yesu ataalina kibi kwe kuwangula okufa n'azuukira. Era kati omuntu yenna akkiririza mu Yesu Kristo asobola okulokolebwa n'afuna obulamu obutaggwaawo. Mu kusooka, okusinziira ku tteeka erigamba nti empeera y'ekibi kwe kufa, Adamu n'ezzadde lye lyonna baali balina kufa, kyokka oluvannyuma, ekkubo ery'obulokozi lyabikkulwa okuyita mu Yesu Kristo. Kino kye 'kyama ekyakwekebwa nga n'ebiro tebinnabaawo' mu 1 Abakkolinso 2:7.

Yesu teyalowoozaako nti oba, "Lwaki Nze attibwa ku lw'ab'onoonyi kyokka nga sirina kibi?" Yeetika omusalaba mu kwagala ne bamukomerera okusinziira ku kigendererwa kya Katonda. Bwali obugonvu buno obutuukiridde obwa Yesu bwe bwaguzzaawo ekkubo ery'obulokozi bwaffe.

Yesu Yagondera amateeka ag'eggulu erisooka

Mu kiseera ky'obulamu Bwe bwonna ku nsi kuno, Yesu yagondera okwagala kwa Katonda mubujjuvu era n'atambulira mu mateeka ag'obwenkanya ag'eggulu erisooka. Wadde Yali Katonda mu kikula Kye, Yayambala omubiri era n'ayita mu njala, mu bukoowu, obulumi, ennaku, n'okuba obw'omu ng'abantu.

Nga tannatandika buweereza Bwe yasiiba okumala ennaku. Era wadde Ye mukama w'ebintu byonna, Yakoowoola n'amaanyi Ge gonna mu kusaba era n'asabanga obutalekaayo. Yakemebwa setaani emirundi essatu bwe Yali anaatera okumalako ekisibo Kye eky'ennaku 40, era n'agoba setaani n'Ekigambo kya Katonda, nga tatwaliriziddwa wadde okukemebwa.

Era, wadde Yesu yalina amaanyi ga Katonda, ng'asobola okulaga eky'amagero kyonna n'ekintu eky'ewuunyisa wayagalidde, eby'amagera ebyo yabikolanga wekyetaagisizza wokka, okusinziira ku kigendererwa kya Katonda. Yalaga amaanyi g'Omwana wa Katonda okuyita mw'ebyo ebyaliwo nga okufuula amazzi enviinyo n'okuliisa abantu 5,000 n'emigaati etaano gyokka wamu n'ebyennyanja bibiri.

Singa Yali akyagadde, yandizikirizza abo abaamuvvoola n'okumukomerera. Kyokka mu kasirise yakkiriza okubonyaabonyezebwa n'okusekererwa mu buwulize, Yakomererwa. Obulumi bwonna yabuwuliranga ng'omuntu omulala yenna era n'ayiwa omusaayi Gwe gwonna n'amazzi.

Abaebbulaniya 5:8-9 wagamba, "Newakubadde nga Mwana, naye yayiga okugonda olw'ebyo bye yabonaabona. Awo bwe yamala okutuukirizibwa, nafuuka ensonga y'obulokozi obutaggwaawo eri abo bonna abamuwulira."

Olw'okuba Yesu yatuukiriza amateeka ag'obwenkanya okuyita mu bugonvu bwe obwali butuukiridde, omuntu yenna akkiriza Mukama Yesu era n'atambulira mu mazima asobola okufuuka omuddu w'obutuukirivu era n'atuuka ku bulokozi awatali kugenda eri ekkubo ery'okufa ng'omuddu ow'ekibi (Abaruumi 6:16).

Abantu abeerabira ku mirimu gya Katonda olw'obugonvu

Wadde Ye Mwana wa Katonda, Yesu yatuukiriza ekigendererwa kya Katonda kubanga yagonda mu bujjuvu. Olwo ate ffe ebitonde obutonde tulina kugonda kyenkana ki okusobola okwerabira ku mirimu gya Katonda? Obugonvu obutuukiridde bwetaagisa.

Mu Yokaana essuula 2, Yesu yakola eky'amagero bwe yakyusa amazzi ne gafuuka enviinyo. Enviinyo bwe yabaggwako ku mbaga, Malyamu eyali tamanyi musajja n'alagira abaweereza bakole ekyo kyonna Yesu kyabagamba okukola. Yesu n'agamba abaweereza 'mujjuze ebisuwa amazzi mukwate amazzi ago mugatwalira kalabaalaba w'embaga'. Kalabaalaba w'embaga bwe yaganywako, amazzi gaali gaafuuliddwa dda enviinyo ennungi ennyo.

Singa abaweereza baali tebagondedde Yesu bwe yabagamba nti batwalire kalabaalaba w'omukolo amazzi, tebandyerabidde ku ky'amagero eky'enviinyo. Olw'okuba yali amanyi bulungi amateeka ag'obwenkanya, Malyamu atamanyi musajja yakuutira abaweereza okumugondera mu buli kimu kyabagamba.

Era tusobola n'okutunuulira obugonvu bwa Peetero. Peetero yali takutte kyennyanja wadde ekimu ekiro kyonna. Naye Yesu bwe yamulagira nti, "Sembera ebuziba, musuule emigonjo gyammwe, muvube.", Peetero yagonda era naddamu nti, "Omwami, twateganye okukeesa obudde ne tutakwasa kintu, naye olw'ekigambo kyo nnaasuula emigonjo." Bwe batyo ne bakwata ebyennyanja bingi nnyo, era n'obutimba bwabwe ne bwagala n'okukutuka (Lukka 5:4-6).

Olw'okuba Yesu, eyali omu ne Katonda Omutonzi, yayogera n'eddoboozi ery'olubereberye, omuwendo omungi ogw'ebyennyanja n'ebigondera eddoboozi Lye amangu ddala n'ebigenda mu katimba. Naye singa Peetero yali tagondedde kiragiro kya Yesu, kiki ekyandibaddewo? Singa yali agambye nti, "Musajja wattu manyi okuvuba n'okukusinga. Nkugamba nti twayingidde ennyanja ennyo kiro era ekiro kyonna tetukwasizza ffenna tukooye. Tetudda mu kutawaana na kusuula butimba" olwo nno tewandibadde kyamagero.

Namwandu owe Zalefaasi mu 1 Bassekabaka essuula 17 naye yeerabira ku mulimu gwa Katonda okuyita mu bugonvu bwe. Oluvannyuma lw'ekiseera ekiwanvu eky'enjala ng'asigazza akamere katono nnyo, olubatu lw'obutta n'otufuta mu kasumbi. Olunaku lumu Eriya n'ajja gyali n'amusaba emmere, yamugamba nti, "kubanga bwatyo bwaygera MUKAMA Katonda wa Isiraeri nti, 'Eppipa ey'obutta tekendeera so n'akasumbi k'amafuta tekaliggwaawo, okutuusa ku lunaku MUKAMA lw'litonnyesa enkuba ku nsi'" (1 Bassekabaka 17:14).

Namwandu ne mutabani we baali basigazizza ekintu kimu kyokka kulindirira lunaku lwe balifa nga bamaze okulya obumere buno bwe baali basigazza. Wabula wadde guli gutyo, yakkiriza era n'agondera Ekigambo kya Katonda ekyamuleetebwa Eriya. Emmere ye yonna n'agiwa Eriya. Bwatyo Katonda n'akola ekyamagero olw'obugonvu bw'omukazi nga bwe Yasuubiza. Eppipa ey'obutta teyaddamu kukalira so nga n'akasumbi k'amafuta tekaggwaamu okutuuka ekyeya eky'amaanyi lwe kyaggwa. Namwandu ne mutabani we ne Eriya ne balokolebwa.

Obugonvu bwe bukakafu obw'okukkiriza

Makko 9:23 wagamba, "Yesu n'amugamba nti, '"Oba ng'oyinza!" Byonna biyinzika eri akkiriza.'"

Lino lye Tteeka ery'obwenkanya erigamba nti bwe tukkiriza, olwo nno tusobola okwerabira ku mirimu gya Katonda Ayinza byonna. Bwe tusaba n'okukkiriza, olwo nno obulwadde bunaatuvaako era bwe tulagira n'okukkiriza, olwo nno emizimu ginaafuluma saako embeera enzibu yonna n'ebigezo byonna binaagenda. Bwe tusaba n'okukkiriza, tusobola okufuna emikisa gy'ebyensimbi. Byonna biyinzika eri akkiriza!

Kibeera kikolwa kya bugonvu kye kituweera obujulizi nti tulina okukkiriza okutusobozesa okufuna eby'okuddamu okusinziira ku tteeka ery'obwenkanya. Yakobo 2:22 wagamba, "Olaba ng'okukkiriza kwakolera wamu n'ebikolwa Bye, era okukkiriza kwe kwatuukirizibwa olw'ebikolwa Bye." Yakobo 2:26 wagamba, "Kuba ng'omubiri awatali mwoyo bwe guba nga gufudde, era n'okukkiriza bwe kutyo awatali bikolwa nga kufudde."

Eriya yasaba namwandu ow'e Zalefaasi okumuleetera akammere ke yali asigazza. Singa yagamba nti, "Nzikkiriza oli musajja wa Katonda era nzikiriza nti emmere terinziggwako," kyokka n'atagonda, olwo nno teyandyerabidde ku mulimu ogwa Katonda. Kiri bwe kityo lwakuba ebikolwa bye byandibadde tebiraze bukakafu bwa kukkiriza kwe.

Naye namwandu yeesiga ebigambo bya Eliya. Era ng'obukakafu bw'okukkiriza kwe, yamuleetera akammere ke yali asigazza kokka, ng'agondera ebigambo bye. Ekikolwa kino eky'obugonvu kyakola ng'obujulizi eri okukkiriza kwe, era ekyamagero n'ekituukawo okusinziira ku tteeka ery'obwenkanya erigamba nti ebintu byonna biyinzika eri oyo akkiriza.

Okusobola okufuna okwolesebwa n'ebirooto ebituweebwa Katonda, okukkiriza kwaffe n'obugonvu bikulu nnyo. Bajjajja ffe ab'okukkiriza nga Ibulayimu, Yakobo, ne Yusufu baateeka Ekigambo kya Katonda mu mmeeme zaabwe era ne bagonda.

Yusufu bwe yali akyali muto, Katonda yamuwa ekirooto nti alifuuka omusajja ow'ekitiibwa. Yusufu teyakkiririza mu kirooto kyokka naye yabeeranga akijjukira era teyakyusa ndowooza ye okutuuka lwe kyatuukirira. Yatunuuliranga omulimu gwa Katonda mu mbeera yonna era n'agoberere okulung'amizibwa kwa Katonda.

Wadde yali muddu era omusibe okumala emyaka 13, teyabuusabuusa kirooto kya Katonda kye yali yamuwa, wadde nga embeera mu buliwo yali ekontana n'ekirooto kye yafuna. Yatambulira mu kkubo egolokofu ng'agondera amateeka ga Katonda. Katonda yalaba okukkiriza kwe n'Obugonvu n'atuukiriza ekirooto kye. Ebigezo byonna ne bikoma, era ku myaka 30 n'afuuka omuntu ow'okubiri mu bukulu mu ggwanga lyonna ery'e Misiri nga Falaawo yekka yamuli waggulu kubanga yali kabaka.

Ekkanisa ya Manmin Enkulu, ekulembeddemu okubunyisa enjiri mu nsi yonna mu bugonvu

Olwaleero ekkanisa ya Manmin Enkulu erina amatabi agassuka mu mutwalo mu nsi yonna era babuulira enjiri mu buli kasonda konna ak'ensi okuyita ku mukutu gwa Yintaneeti, Ttivvi ezikasuka ewala ku bisowaani, n'okukozesa emikutu emirala. Ekkanisa eraze ebikolwa eby'obugonvu okusinziira ku tteeka ery'obwenkanya okuviira ddala kuntandikwa y'obuweereza buno okutuuka leero.

Okuva lwe n'asisinkana Katonda, endwadde zange zonna zaawonyezebwa, era ekirooto kyange kyali kya kufuuka omu ku bakadde b'ekkanisa atambula obulungi mu maaso ga Katonda eyali ajja okugulumiza Katonda n'okuyamba abaavu bangi. Naye olunaku lumu Katonda yampita ng'Omuweereza We ng'agamba nti, "Nnakulonda ng'omuweereza Wange nga n'ebiro tebinnabaawo." N'agamba nti singa neekuumisa Ekigambo kya Katonda okumala emyaka essatu, n'ali njakusomoka agayanja, emigga n'ensozi era nga nkola eby'amagero yonna gye n'agendanga.

Mu buliwo, nali mukkiriza muggya. Nalina ensonyi nga simanyi kwogera mu maaso g'abantu. Kyokka n'akigondera nga sseewolerezza mu ngeri yonna era n'enfuuka omuweereza wa Katonda. N'akola kyonna ekisoboka okutambulira mu Kigambo kya Katonda ekisangibwa mu bitabo 66 ebya Bayibuli era n'ensaba n'okusiiba mu kulung'amizibwa okw'Omwoyo Omutukuvu. Ng'onze nga Katonda bwe Yalagira.

W'ennategekeranga kuluseedi ez'amaanyi mu nsi ez'enjawulo, nga siziteekateeka mu ngeri yange, kyokka nga ng'ondera kiragiro kya Katonda kyokka. Nga ng'enda eyo yokka gyandagidde okugenda. Enkung'ana ezo ez'amaanyi nga zitutwalira emyaka ng'ena nga tuziteekateeka naye nga Mukama bwalagira, nga tuzitegekera mu myezi bwezi.

Wadde tetwalinanga sente zimala kukuba nkung'ana nnene bwe zityo, nga bwe tusaba, Katonda ng'agabirira ensimbi buli kiseera. Olumu Katonda yandagiranga okugenda mu nsi ezo ng'okubuulirayo enjiri tekusoboka.

Mu 2002, bwe twali tutegeka kuluseedi e Chennai, eky'omu Buyindi, gavumenti ya Tamil Nadu n'eyisa etteeka eriggya nga liwera emboozi ekakibwa ku muntu oba abantu. Etteeka lyali ligamba nti teri muntu yenna alina kukyusa oba okugezaako okukyusa omulala okuva mu ddiini eno okudda mu ndala olw'empaka oba mu ngeri ey'okusikiriza oba mu ngeri ey'obukumpanya. Asingisibwa emisango ng'egyo ng'asibibwa mu kkomera okumala emyaka ettaano oba okuwa engasi, gwe bagezaako okukyusa bw'aba omwana atanneetuuka, aba omukazi oba omuntu ava mu ddiini "ettakkiririzibwamu bangi" Abeera alina okuwa engasi ya lupiiya 100,000.

Kuluseedi yaffe ey'oku Marina Beach yali teruubirira Bakristaayo Abayindi bokka wabula n'aba Hindu, nga bakola ebitundu 80 % eby'abantu mu ggwanga eryo.

Etteeka eryayisibwa ery'okuwera Emboozi Enkake lyali lirina okutandika okukola olunaku olusooka olwa kuluseedi yaffe. Kale n'alina okwetegekera ekkomera bwe ntandika okubuulira ku kituuti kya kuluseesi. Abantu abamu bang'amba nti poliisi ya Tamil Nadu baali bajja kujja bakwate ku butambi bye tubuulidde mu kuluseedi.

Mu mbeera eno etiisa bwetyo, Abaweereza mu Buyindi saako akakiiko akateesiteesi baali ku bunkeeke. Kyokka baaguma ne bagondera Katonda kubanga Katonda Ye yali akiragidde. Nze nnali sitidde kukwatibwa wadde okugenda mu kkomera, era mu buvumu n'embuulira Katonda Omutonzi ne Yesu Kristo Omulokozi.

Awo, Katonda n'alyoka akola ebintu eby'ewuunyisa. Bwe nnali mbuulira, n'ayogera nti, "Bw'oba ng'ofunye okukkiriza mu mutima gwo, yimirira otambule." Mu kiseera ekyo, omulenzi n'atandika okuyimirira era n'atambula. Omulenzi ono, nga tannajja mu kuluseedi, amagumba ge ag'omu bbunwe ne mu kisambi byasalibwa bwe yali alongoosebwa era ebitundu ebyo ebibiri ne bigattibwa n'ekyuma. Yali mu bulumi bungi era nga tasobola kutambula nga talina muggo. Naye bwe n'alagira nti, "Yimirira otambule" amangu ago n'asuula eri emiggo n'atandika okutambula.

Olunaku olwo, ng'ogyeeko eky'amagero eky'omuvubuka ono, waaliwo ebintu ebirala bingi ebyewuunyisa eby'abaawo olw'amaanyi ga Katonda. Abazibe baazibuka amaaso, bakiggala ne batandika okuwulira, ne bakasiru ne boogera. Baayimirira okuva mu bugaali bwabwe ne basuula eri emiggo gyabwe. Amawulire gano gaabuna mangu mu kibuga kyonna, era abantu bangi ne bajja olunaku olwaddako.

Omugatte gw'abantu obukadde busatu be bajja mu nkung'aana era ekyasinga okwewuunyisa, abantu ebintu 60% kw'abo abajja baali ba Hindu. Baalina amabala ag'aba Hindu ge beeteeka mu kyenyi. Bwe baamala okuwuliriza obubaka era ne beerabira ku mirimu gy'amaanyi ga Katonda, baasaangula mu kyenyi amabala gaabwe era ne bamalirira okukyuka okudda mu Bukristaayo.

Kuluseedi yaleetawo obumu mu Bakristaayo b'omu nsi muno, era ekyavaamu etteeka ku mboozi enkake n'eriwerebwa. Omulimu ogwewuunyisa bwe gutyo gwasobola okubaawo okuyita mu kugondera Ekigambo kya Katonda. Kati, okusobola okwerabira ku mirimu egiringa egyo egy'ewuunyisa, tulina kugonedera ki ddala?

Okusooka, tulina okugondera ebitabo 66 ebya Bayibuli.

Tetulina kugondera Kigambo kya Katonda nga Katonda Yennyini amaze kutulabikira n'abaako kyatugamba. Tulina okugondera ebigambo ebyawandiikibwa mu bitabo 66 ebya

Bayibuli ekiseera kyonna. Tulina okutegeera okwagala kwa Katonda era ne tukugondera mu Bayibuli yonna, olwo nno tusobola okugondera obubaka obubuulirwa mu kkanisa. Gamba nga, ebigambo ebitulagira okukolanga, obutakolanga, okukuumanga, oba okweggyako ebigambo ng'ebyo ge mateeka ag'obwenkanya bwa Katonda, era n'olwekyo, tulina okubigondera.

Eky'okulabirako, owulira nti olina okwenenya ebibi byo mu maziga n'okufeesa okungi. Etteeka bwe ligamba nti okufuna okuddibwamu okuva eri Katonda tulina kusooka kumenyaamenya ekisenge eky'ebibi wakati waffe ne Katonda (Isaaya 59:1-2). Era, owulira nti olina okukoowoola mu kusaba. Engeri esabiddwamu yeereeta eky'okuddamu okusinziira ku tteeka erigamba nti tulya ebibala by'entuuyo zaffe (Lukka 22:44).

Okusobola okusisinkana Katonda era ne tufuna okuddibwamu Kwe, tulina kusooka kwenenya bibi byaffe era ne tukoowoola mu kusaba nga twegayirira Katonda atuwe bye twetaaga. Omuntu yenna bwamenyaamenya ekisenge kye eky'ebibi, era n'asbaa n'amaanyi ge gonna, era n'alaga ebikolwa bye eby'okukkiriza, asobola okusisinkana Katonda era n'afuna okuddibwamu okuva Gyali. Lino lye tteeka ery'obwenkanya.

Eky'okubiri, tulina okukkiriza n'okugondera ebigambo by'abaweereza ba Katonda, Katonda baali n'abo.

Nga twakaggulawo ekkanisa, waliwo omulwadde wa kansa eyaleetebwa mu kanisa nga bamusitulidde ku katanda kwe yeebase okubeera ng'asaba. Ne mugamba atuule asabe. Mukyala we n'amuwanirira era nga talina na gatuula mu kusaba okwo. Wadde n'akiraba nti yali talina maanyi wadde agatuula era nga baamuleese agalamidde kubanga yali mulwadde nnyo, naye n'amugamba atuule olw'okulung'amizibwa kw'Omuwoyo Omutukuvu, era n'agonda.

Bwe yalaba obugonvu bwe, Katonda amangu ago n'akkiriza okuwonyezebwa kwe okw'obwakatonda. Kwe kugamba, obulumi bwe bwonna ne bugenda era n'asobola okuyimirira n'okutambula ku lulwe.

Nga ne namwandu ow'e Zalefaasi bwe yagondera ekigambo kya Eriya ng'agondera ekigambo ky'omusajja wa Katonda, obugonvu bw'omusajja oyo lyafuuka ekkubo ery'okuweebwa okuddibwamu kwa Katonda. Yali tasobola kuwonyezebwa na kukkiriza kwe ye. Kyokka yeerabira ku maanyi ga Katonda agawonya kubanga yagondera ekigambo ky'omusajja wa Katonda eyassa amaanyi ga Katonda.

Eky'okusatu, tulina okugondera emirimu gy'Omwoyo Omutukuvu.

Ekiddako, okusobola okufuna okuddibwamu okuva eri Katonda, tulina mu bwangu ddala okugoberera eddoboozi ly'Omwoyo Omutukuvu erituweebwa nga tusaba ne bwe tubeera tuwuliriza enjiri. Ekyo kiri bwe kityo lwakuba Omwoyo Omutukuvu atuula mu ffe atulung'amya eri ekkubo ery'emikisa era n'atuddamu okusinziira ku mateeka ag'obwenkanya.

Eky'okulabirako, mu kuwulira obubaka, Omwoyo Omutukuvu bwakukubiriza okusaba ennyo oluvannyuma lwa saviisi, gonderawo. Bw'ogonda, ojja kusobola okwenenya ebibi byo oba olyawo ebibadde tebinnasonyiyibwa okumala ekiseera ekiwanvu oba okufuna ekirabo eky'ennimi mu kisa kya Katonda. Ebiseera ebimu emikisa egimu gijjira mu kusaba.

Bwe nnali omukkiriza omuggya, n'alina okukola emirimu egyetaagisa amaanyi ku bizimbe nga mpeereza okusobola okufuna bwe tubeerawo. Kyokka n'entambula ng'anzira awaka n'omubiri ogukooye bwe gutyo nsobole okuffisa ze nanditadde mu bbaasi. Kyokka ng'Omwoyo Omutukuvu bwakwata ku mutima gwange okubaako ensimbi z'empaayo ku kuzimba ekkanisa oba okwebaza, Nga ngonderawo.

Nga siteekamu birowoozo byange mu kuwaayo. Nga bwe mbeera sirina sente, nga mbeerako ekiseera kye nneeyama okubeera nga mpaddeyo eri Katonda. Era nga nfuba nga bwe nsobola okubeera nga nfuna sente mu kiseera kye nneeyamiramu era n'empaayo eri Katonda nga tekinnayitawo. Bwe n'agonda, Katonda n'agenda nga ampa omukisa buli lukya n'ebintu bye Yali antegekedde. Katonda alaba obugonvu bwaffe era n'aggulawo enzigi eri okuddibwamu kwaffe n'emikisa. Nga nze omu, Anzizeemu emirundi mingi mu binene ne mu bitono buli kyonna kye nsaba, ate si mu bigambo bya nsimbi byokka. Ampadde ekintu kyonna kye nsaba singa mugondera n'okukkiriza.

2 Abakkolinso 1:19-20 wagamba, "Kubanga Omwana wa Katonda, Yesu Kristo, ffe gwe twabuulira mu mmwe, --nze ne Sirwano, ne Timoseewo –teyali nti weewaawo ate nti si weewaawo, naye mu Ye mwe muli wewaawo. Kubanga mu byonna byonna Katonda bye yasuubiza, mu oyo mwe muli weewaawo, era oyo kyava aleeta Amiina, Katonda atenderezebwe ku bwaffe."

Ffe okusobola okwerabira ku mirimu gya Katonda okusinziira ku mateeka ag'obwenkanya, tulina okulaga ebikolwa eby'okukkiriza okuyita mu bugonvu bwaffe. Nga Yesu bwe yatuteerawo eky'okulabirako, bwe tugonda obugonzi embeera ne bw'ebeera etya gye tuyitamu, olwo nno emirimu gya Katonda ginneebikkula gye tuli mu ngeri ey'amaanyi. Nsuubira nti mwenna munaagondera Ekigambo kya Katonda ne 'Weewaawo' wamu ne 'Amiina' era ne mwerabira ku mirimu gya Katonda mu bulamu bwammwe obwa bulijjo.

Dr. Paul Ravindran Ponraj (Chennai, India)
- Mukugu, mukulongoosa emitimu mu ddwaliro lye Southampton General Hospital, e Bungereza
- Yakulira Eddwaliro ly'emitima erya St. Georges Hospital, mu London, Bungereza
- Akulira eddwaliro ly'emitima, HAREFIELD Hospital, e Middlesex, Bungereza
- Alongoosa emitima, mu ddwaliro lye Willingdon Hospital, e Chennai

Amaanyi ga Katonda agassuka ku Ddagala

Nkozesezza ku butambaala obuliko amafuta mu balwadde bangi be ndabye nga batereera. Bulijjo akatambaala kantereka mu nsawo yaneg ey'okussaati bwe mbeera mu sweta nga nnong'oosa. Njagala okubabuulira ku ky'amagero ekyabaawo mu 2005.

Waliwo omusajja yali wa myaka 42; yali akwata bizimbe okubizimba mu tawuni ye Tamil Nadu eyajja gyendi n'omusuwa ogutwala omusaayi ku mutima nga mulwadde era nga yali okulongoosebwa. Ne muteekateeka okubeera ng'ayita mu kulongoosebwa era n'alongoosebwa. Okulongoosa kuno si kuzibu nnyo era bakukola n'omutima gukuba. Era okulongoosa kwatwala essaawa nga bbiri n'ekitundu zokka.

Bwe yali atungibwa okuzzibwawo n'abeera bubi nga puleesa ye si nnungi. Ne nziramu okubikkula ekifuba kye n'andaba nga ng'alongooseddwa bulungi nnyo. N'atwalibwa mu kasenge akalala ayongere okwekebejjebwa. N'ekizuulibwa nti emisuwa gye gyonna mu mutima n'omusuwa omunene mu kugulu kwe gyali tegikyatwala musaayi. Ensonga eyaviirako kino n'olwaleero tetugimanyanga.

Nga tewali ssuubi eri omusajja ono, era n'addizibwayo mu kisenge omulongoosezebwa ekifuba kye ne kiddamu okuggulibwa omutima ggwe ne gukolebwako butereevu okubeera nga gutuukiriza emirimi gyagwo okumala eddakiika nga makumi abiri. Ne bamuteeka ku kyuma ekikola ng'omutima n'amawuggwe.

N'aweebwa eddagala lingi okubeera nti emisuwa gita naye nga tewali kikyukako. Yali afuna omusaayi mutono nnyo ogwali gwetooloola omubiri nga nkimanyi nti tegusobola kutuuka na kubwongo okubeera nga busigala bukola.

Nga wayise essaawa 18 ez'okufuba ne ssaawa enda 7 ng'ali ku kyuma kyokka nga tewali kikyuse, ne tusalawo okusiba ekifuba tulangirire nti omuntu afudde. N'enfukamira ku maviivi n'ensaba. N'enjogera nti, "Katonda bwe kiba nga ky'oyagala kibeera, ka kibeera bwe kityo." Jjukira n'atandise okulongoosa kuno n'okusaba era obwedda nina akatambaala akalika amafuta akagabibwa Dr. Jaerock Lee mu nsawo yange, n'enzijjukira amangu ago eky'ogerwa mu Bikolwa 19:12. N'ensituka okuva mu kusaba n'enyigira mu kisenge gye balongooseza nga bali mu kutunga ekifuba kiddewo balyoke balangirire nti

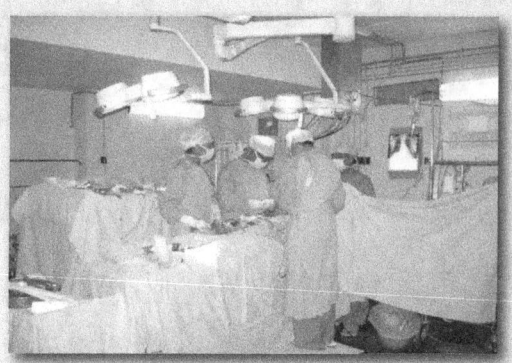

Dr. Paul Ponraj Ng'ali mu ddongoosezo (yali wakati)

omulwadde afudde.

Ne wabaawo enkyukakyuka ey'amangu awo omulwadde n'atereera n'aba bulungi ddala. Puleesa ye n'etereera. Tiimu yonna ne yeewuunya era omu ku ba memba ku ttimu eyali erongoosa, teyali mukkiriza kwe kwogera nti Katonda gw'oteekamu okukkiriza kwo akuzzeemu. Yee, kituufu bw'otambulira mu kukkiriza obeera wakati w'ekyamagero era ku nkomerero y'akaseera akazibu. Omusajja ono yafuluma eddwaliro nga tafunye kizibu kyona ku bwongo okuggyako okuzimbaokutono ennyo mu mugulu gwe ogwa ddyo. Yawa obujulizi mu kusaba okwa sseero nti agenda kukola okukola mirimu gya Katonda engeri gy'afunye omukisa ogw'okubiri eri obulamu.

Bisimbuddwa mu kitabo ekiyitibwa Ebintu ebitalabikalabika

Essuula 6 Okukkiriza

> Bwe tubeera n'obukakafu obujjuvu obw'okukkiriza, tusobola okussa wansi amaanyi ga Katonda wakati ne mu mbeera ezirabika ng'ezitasoboka.

Omutima ogw'amazima n'obujjuvu bw'obukakafu obw'okukkiriza

Enkwatagana wakati w'okukkiriza n'amazima

Ssaba mu bukakafu obujjuvu obw'okukkiriza

Ibulayimu n'omutima ogw'amazima mu bujjuvu obw'okukkiriza

Okuteekateeka omutima ogw'amazima n'obukakafu obujjuvu obw'okukkiriza

Ebigezo eby'okukkiriza

Kuluseedi y'e Pakistan

"... Tusemberenga n'omwoyo ogw'amazima olw'okukkiriza okutuukiridde, emitima gyaffe nga gimansirwako okuggyamu omwoyo omubi, n'emibiri gyaffe nga ginaazibwa n'amazzi amalungi."

Abaebbulaniya 10:22

Abantu bafuna eby'okuddamu okuva eri Katonda mu bigera bya njawulo. Abamu eky'okuddamu bakifuna kasita bakisabira omulundi gumu oba n'okukyagala obwagazi mu mutima gwabwe, so nga abalala bawaayo ennaku nnyingi nnyo mu kusaba n'okusiiba. So nga abantu abamu, bakola obubonero, obufuga amaanyi ag'ekizikiza n'okuwonya abalwadde okuyita mu ssaala ey'okukkiriza (Makko 16:17-18). So nga waliwo abantu abasaba n'okukkiriza naye ne wataba kabonero konna wadde eky'ewuunyisa ekituukawo okuyita mu kusaba kwabwe.

Omuntu yenna bw'aba abonaabona n'endwadde ne bw'abeera akkiririza mu Katonda era ng'asaba, alina okutunulamu mu kukkiriza kwe. Ebigambo mu Bayibuli ge mazima agatakyukakyuka olubeerera, na bwe kityo omuntu yenna bw'aba n'okukkiriza okusiimibwa Katonda, asobola okufuna ekintu kyonna kyasaba. Yesu yatusuubiza mu Matayo 21:22, "Ne byonna byonna bye munaayagalanga nga musaba, nga mukkirizza, munaabiweebwanga." Olwo, lwaki abantu bafuna eby'okuddibwamu okuva eri Katonda mu bigera bya njawulo?

Omutima ogw'amazima n'obujjuvu bw'obukakafu obw'okukkiriza

Abaebbulaniya 10:22 wagamba, "...Tusemberenga n'omwoyo ogw'amazima olw'okukkiriza okutuukiridde, emitima gyaffe nga gimansirwako okuggyamu omwoyo omubi, n'emibiri gyaffe nga ginaazibwa n'amazzi amalungi." Omutima ogw'amazima wano kitegeeza omutima omutuufu ogutaliimu bulimba. Gwe mutima ogufaanana ng'ogwa Yesu Krsito.

Kankyogere mu ngeri ennyangu, obujjuvu bw'obukakafu obw'okukkiriza kwe kukkiriza okutuukiridde. Kwe kukkiririza mu bigambo byonna ebiri mu bitabo 66 ebya Bayibuli awatali kubuusabuusa kwonna n'okukuuma amateeka ga Katonda gonna.

Gyetukoma okubeera n'omutima ogw'amazima gye tukoma okubeera n'okukkiriza. Okwatula kw'abo abafunye omutima ogutuukiridde kwe kwatula okw'amazima okw'okukkiriza. Katonda addamu okusaba kw'abantu bano mu bwangu.

Abantu bangi baatula okukkiriza kwabwe mu maaso ga Katonda, naye ng'amazima mu kwatula kwabwe ganjawulo. Waliwo abantu ng'okwatula kwabwe okw'okukkiriza kuweza 100% mu mazima kubanga omutima gwabwe nagwo gulimu amazima 100%, so nga eriyo abalala ng'okwatula kwabwe okw'okukkiriza kuweza ebitundu 50% byokka kubanga n'amazima agali mu mitima gyabwe gali ebitundu 50% byokka. Singa omutima gw'omuntu gulimu ebitundu 50% byokka eby'amazima, Katonda ajja kugamba, "Onneesigako kitundu." Amazima agali mu kwatula kw'omuntu okwatula okw'okukkiriza kye kigera ky'omuntu eky'okukkiriza ekisiimibwa Katonda.

Enkwatagana wakati w'okukkiriza n'amazima

Mu nkolagana yaffe n'abantu, okugamba nti twesiga omuntu omulala n'ekyenkana ki kye tumwesigamu biyinza okuba eby'enjawulo. Eky'okulabirako, ba maama bwe babeera balina gye balaga nga bagenda okuleka abaana awaka, babagamba ki? Bayinza okwogera nti, "Baana bange mweyise bulungi musigale awaka. Baana mmwe mbeesize." Naye nga ddala omuzadde oyo abeera yeesiga abaana be?

Singa ddala maama yeesiga abaana be, talina kugamba nti, "mbeesize." Yandigambye bugambi nti, "Njakukoma ku ssaawa bwe ziti." Naye abaako kyayongerako bwe babeera ng'abaana be si beesigwa. Ayinza okwongeeako nti, "n'akamala okusiimuula temuddugaza ennyumba, mukuume awaka nga wanyirira. Temukwata ku bizigo byange, era temuteekako ne ggaasi oyo." Abeera adding'aana buli nsonga z'atabeesigamu era bw'aba tannafuluma nnyumba akikaatiriza nti, "Baana mmwe mbeesize, njagala mumpulirize ..."

Era bw'aba nga abeesigamu katono ddala, ne bw'aba nga yakagamba muwala we eky'okukola, asobola okukuba awaka okubuuza muwala we kyakola. Abuuza, "Kati okola ki? Buli kimu kiri bulungi?" n'agezaako okubuuliriza muwala we kyali mu kukola mu kiseera ekyo. Yagambye nti amwesiga naye nga mu mutima gwe tasobola kumwesigira ddala. Eneesiga abazadde gye beesigamu abaana baabwe eyawukana.

Abaana abamu beesigibwa okusinga ku balala okusinziira ku mazima gaabwe n'obwesigwa bwabwe. Bwe bawuliriza bazadde baabwe bulungi ekiseera kyonna, bazadde baabwe basobola okubeesiga 100%. Ng'omuzadde ng'ono bwagamba nti, "nkwesiga," ddala kino kibeera kituufu.

Ssaba mu bukakafu obujjuvu obw'okukkiriza

Kati, omwana, bazadde be gwe beesiga ebitundu 100%, bw'abaako kyasaba, abazadde bandikimuwa obuwi. Tebalina kumubuuza bibuuzo nga, "Ogenda kukikozesa ki?" "Naye ddala okyetaaga mu kiseera kino?" n'ebiringa ebyo. Wabula bayinza okumuwa kyayagala olw'okumwesigira ddala nga bwe bagamba, 'Era wakisabidde kirabika kyetaagisa. Tasabye kya kwonoona.'

Kyokka abazadde bwe babeera tebalina kigera ekijjuvu okubeera nga bamwesigwa, bajja kukimuwa nga bamaze kumanya ensonga yennyini lwaki omwana akisaba. Gye bakoma obutamwesiga, gye bakoma n'okwesiga ekitono omwana waabwe kyabagamba era ne bawalira mu kumuwa omwana oyo kyasabye. Omwana bwagenda mu maaso n'okukisaba buli ssaawa, olumu abazadde bamala gamuwa, si lwakuba nti bamwesiga, naye lwakuba omwana waabwe ababeebye nnyo ekintu ekyo.

Ennono eno ekola kye kimu wakati waffe ne Katonda. Olina

omutima ogw'amazima, Katonda asobola okukkiriza nti okukkiriza kwo kuli ebitundu 100%, ng'agamba nti, "Muwala wange, mutabani wange, onzikiririzaamu mu bukakafu obujjuvu?" Tetulina kubeera abo abafuna okuva eri Katonda kubanga tukisabye nnyo buli misana n'ekiro. Tulina okubeera nga tufuna buli kye tusabidde olw'okutambulira mu mazima mu bintu byonna, nga tetulina kitusingisa musango (1 Yokaana 3:21-22).

Ibulayimu n'omutima ogw'amazima mu bujjuvu obw'okukkiriza

Ensonga lwaki Ibulayimu yasobola okufuuka taata w'okukkiriza lwakuba yalina omutima ogw'amazima n'obukakaku obutuukiridde obw'okukkiriza. Ibulayimu yakkiririza mu bisuubizo bya Katonda era teyabuusabuusa mu mbeera yonna.

Katonda yasuubiza Ibulayimu, bwe yali ku myaka 75, nti eggwanga ery'amaanyi lyali lijja kuzimbibwa okuyita mu ye. Kyokka emyaka emirala 20 gyayitawo, nga tannafuna mwana yenna. Bwe yali aweza egy'obukulu 99 nga ne mukyala we Saala alina 89, nga bakuze nnyo okubeera nga bafuna omwana, Katonda n'abagamba nti bajja kubeera n'omwana oluvannyuma lw'omwaka mulamba. Abaruumi 4:19-22 wannyonyola embeera eno.

Wagamba nti, "N'atanafuwa mu kukkiriza bwe yalowooza omubiri gwe ye nga gufudde (nga yakamala emyaka nga kikumi.) n'olubuto lwa saala nga lufudde, naye mu kusuubiza kwa Katonda teyabuusabuusa mu butakkiriza naye n'afuna amaanyi olw'okukkiriza, ng'agulumiza Katonda, era ng'ategeerera ddala nga bye yasuubiza era ayinza n'okubikola. Era kyekwava kumubalirwa okuba obutuukirivu."

Wadde kyali ekintu ekitasoboka n'obusobozi bw'omuntu, Ibulayimu teyabuusabuusa kyokka yasigala akkiririza mu kisuubizo kya Katonda mu bujjuvu, era bwatyo Katonda n'akkiriza okukkiriza kwa Ibulayimu. Katonda n'amuganya okubeera n'omwana, Isaaka, omwaka ogwaddako, nga bwe Yali asuubizza.

Kyokka eri Ibulayimu okusobola okufuuka jjajja w'okukkiriza yalina okuyita mu kigezo ekirala. Ibulayimu yafuna Isaaka ku myaka 100, era Isaaka n'akula bulungi. Ibulayimu yayagala nnyo mutabani we. Mu kiseera kino, Katonda kwe kulagira Ibulayimu okuwaayo omwana we Isaaka ng'ekiweebwayo eky'okebwa nga bwe baawangayo ente oba endiga ng'ebiweebwayo eby'okebwa. Mu kiseera ky'Endagaano Enkadde ensolo baagiggyangako eddiba, ne bagisalasalamu ebifi, era ne bagiwaayo ng'ekiweebwayo ekyokebwa.

Abaebbulaniya 11:17-19 wanyonyola bulungi engeri Ibulayimu gye yakwatamu embeera eno, "Olw'okukkiriza Ibulayimu, bwe yakemebwa, n'awaayo Isaaka, era eyaweebwa ebyasuubizibwa n'essanyu yali agenda okuwaayo omwana we eyazaalibwa omu yekka. Eyagambibwa nti mu Isaaka ezzadde lyo mwe linaayitirwanga. Bwe yalowooza nga Katonda ayinza okuzuukiza mu bafu era, mwe yamuweerwa mu kifaananyi" (Abaebbulaniya 11:17-19).

Ibulayimu n'asiba Isaaka n'amuteeka ku kyoto, era abeera anaatera okusala omwana we n'akambe. Mu kiseera ekyo kye nnyini, malayika okuva eri Katonda n'amulabikira n'amugamba nti, "Tossa mukono gwo ku mulenzi, so tomukolako kantu. Kubanga kaakano ntegedde ng'otya Katonda kubanga tonnyimye mwana wo, omwana wo omu" (Olubereberye 22:12). Okuyita mu kigezo kino, okukkiriza kwa Ibulayimu okutuukiridde kwakkirizibwa Katonda era bwatyo n'atuukiriza ebisaanyizo ebimugwanyiza okufuuka Taata w'Okukkiriza.

Okuteekateeka omutima ogw'amazima n'obukakafu obujjuvu obw'okukkiriza

Waaliwo ekiseera bwe kyatuuka nga sirina ssuubi lyonna nnindiridde kimu kufa. Naye mwannyinaze n'antwala mu kkanisa era bwe n'afukamira obufukamizi nti mu yeekaalu ya Katonda n'emponyezebwa endwadde zange zonna ku bw'amaanyi ga Katonda. Kwali okuddibwamu eri essaala ya mmwanyinaze n'okusiiba kwe ku lwange.

Olw'okuba n'afuna okwagala okutagambika n'ekisa okuva eri Katonda, ne njagala nnyo okwongera okumumanya n'okumutegeera. N'engenda mu nkung'aana nnyingi ez'okudda obuggya wamu n'okusaba okw'okusinza mbeere nga njiga Ekigambo kya Katonda. Wadde nali nkola emirimu egy'amaanyi ku bizimbe, ng'ambeera mu kusaba okw'oku makya ennyo buli lunaku. Nali njagala ekintu kimu okuwulira Ekigambo kya Katonda n'okutegeera okwagala Kwe.

Abasumba bwe baasomesanga okwagala kwa Katonda, nga ngonda bugonzi. N'empulira nti si kirungi omwana wa Katonda okunywa sigala n'okunywa omwenge, bwe ntyo amangu ago n'enva ku mwenge ne ku kunywa sigala. Bwe n'awulira nti tulina okuwa Katonda ekimu eky'ekumi n'ebiweebwayo byaffe, Sirekangayo kuwaayo eri Katonda ekimu eky'ekkumi okutuuka leero.

Bwe n'asomanga Bayibuli, n'akolanga ebyo Katonda byatugamba okukola era n'enkuumanga ebyo Katonda byatugamba tukuumenga. Nga sikola Bayibuli bye tugaana kukola. Nga nsaba, n'okusiiba okusobola okweggyako ebintu Bayibuli by'etugamba okusuula eri. Nga bwe kibeera nga si kyangu okubyeggyako, nga nsiiba okusobola okulaba nti nkikola. Katonda okufuba kwange yakulabanga okusasula ekisa kya Katonda era n'ampa okukkiriza okw'omuwendo.

Okukkiriza kwange mu Katonda ne kugenda nga kweyongera buli lukya. Nga sibuusabuusa Katonda mu kigezo kyonna wadde okusoomoozebwa. Era ekyava mu kugondera Ekigambo kya Katonda, omutima gwange gwagenda gukyuka okufuuka omutima omulungi ogutaliimu bukuusa. Nga gukyuka okufuuka omutima omulungi era ogutuukiridde nga omutima gwa Mukama.

Nga bwe kyogera mu 1 Yokaana 3:21, "Abaagalwa, omutima

bwe gutatusalira kutusinga tuba n'obugumu eri Katonda;" Nga Katonda musaba ekintu kyonna n'obuvumu mu kukkiriza, era ng'anfuna eby'okuddamu.

Ebigezo eby'okukkiriza

Biba bikyali awo, mu mwezi ogw'okubiri 1983, nga wakayita emyezi 7 bukya tutandika kkanisa, waaliwo ekigezo ekinene ku kukkiriza kwange. Bawala bange basatu n'omuvubuka basangibwa basise omukka ogw'obutwa ku makya ku lw'omukaaga. Twali twakayita mu kusaba okw'olw'okutaano okw'ekiro kyonna. Nga kirabikanga nti tebasobola kuwona kubanga baayingiza omukka guno kyenkana ekiro kyonna.

Amaaso gaabwe nga gali waggulu nga balina n'ejjovu mu kamwa. Ng'emibiri gyabwe giweddemu amaanyi nga bagwa bugwi eri. Ba memba b'ekkanisa ne babeebasa wansi mu yeekaalu, n'engenda waggulu ku wolutaali ne nsaba mu kwebaza.

"Katonda Kitange, nkwebaza. Wa bampa obanzigyeeko. Nkwebaza olw'okutwala bawala bange mu kifuba kya Mukama. Weebale nnyo Katonda okubatwala eri obwakabaka Bwo etali maziga, nnaku, wadde obulumi."

"Naye engeri omuvubuka gyali memba obu memba ow'ekkanisa, nkusaba omuzze engulu. Sagala kino ekibaddewo okuvvooza erinnya Lyo ..."

Oluvannyuma lw'okusaba eri Katonda mu ngeri eno, ne nsooka nsabira omuvubuka, ne nzirako bawala bange abasatu omu ku omu. Tewaayita na ddakiika nga maze okubasabira, bonna bana ne basituka nga bategeera bulungi nga bwe nzizze mbasabira.

Olw'okuba nali njagala nnyo Katonda era nga mwesiga, nneebaza

Katonda mu kusaba nga sirina kiruyi kyonna mu nze wadde okubeera ne nnaku mu mutima gwange, era Katonda n'akwatibwako olw'essaala eno n'atulaga eky'amagero eky'amaanyi. Ba memba baffe ne banywezebwa mu kukkiriza olwa kino kye baalaba. Okukkiriza kwange nakwo ne kwongera okukkirizibwa Katonda era n'enfuna amaanyi mangi okuva eri Katonda. Kwe kugamba, n'enjiga okugoba omukka ogw'obutwa, wadde nga si kintu ekirina obulamu.

Bwe wabeerawo ekigezo eky'okukkiriza, bwe tulaga okukkiriza kwaffe okutakyukakyuka eri Katonda, Katonda ajja kukkiriza okukkiriza kwaffe era atuwe emikisa. N'omulabe Setaani abeera talina bwatulumiriza kubanga naye abeera akirabye nti okukkiriza kwaffe kw'amazima.

Okuva kw'olwo, nga buli ekigezo kyonna ekijja nkiwangula, nga buli lukya neeyongera kusemberera Katonda n'omutima ogw'amazima n'okukkiriza okutuukiridde. Nga buli mulundi, nfuna amaanyi agasingawo okuva waggulu. N'amaanyi ga Katonda agampeebwa mu ngeri eno, Katonda yang'anya okuteekayo enkung'ana mu nsi ez'enjawulo okuva mu mwaka gwa 2000.

Bwe nnali mu kusiiba okwennaku 40 mu 1982, nga sinnaba kutandika kkanisa, Katonda yakukkiriza mu ssanyu era n'ankwasa omulimu gw'obu minsane obw'okutambuza enjiri mu nsi yonna n'okuzimba Yeekaalu amakula. Ne bwe waayitawo emyaka etaano oba kkumi, nga siraba bwe ng'enda kutuukirizaamu mirimu gino. Kyokka n'asigala nneesiga Katonda nti ajja kugituukiriza era n'embeeranga nga nsabira obuvunaanyizibwa buno obutalekaayo.

Mu myaka 17 egyaddako okuva ekkanisa lwe yaggulwawo, Katonda yatuwa omukisa okubeera nga tutuukiriza okubunyisa enjiri mu nsi yonna okuyita mu kuluseedi gaggadde ezaakubwa mu nsi ez'enjawulo ng'eyo emirimu gya Katonda egyewuunyisa gyalagibwa. Twatandika ne Uganda, ne tubaayo n'eyali e Japan, Pakistan, Kenya, Philippines, India, Dubai, Russia, Germany, Peru, DR Congo, ne Amerika, saako Isiraeri ng'eyo okubuulirayo enjiri kiringa ekitasoboka. Waaliyo okuwonyezebwa okwewuunyisa. Abantu bangi baakyuka okuva mu nzikiriza ey'obu Hindu ne mu Busiraamu. Ddala Katonda twamuweesa ekitiibwa mu ngeri ey'amaanyi.

Ekiseera bwe kyatuuka, Katonda yatuganya okufulumya ebitabo bingi mu nnimi ez'enjawulo nga tubuulira enjiri okuyita mu bitabo eby'enjawulo. Era n'atuganya okutandika Ttivvi ey'Ekikristaayo eyitibwa Global Christian Network (GCN), ne tuteekawo n'ekibiina eky'abasawo abakugu, World Christian Doctors Network (WCDN), n'ekigendererwa eky'okubunyisa emirimu gya Katonda egiragibwa mu kkanisa yaffe.

Kuluseedi y'e Pakistan

Waaliwo ebizibu bingi bye twayitamu n'obuwanguzi olw'okukkiriza mu kuluseedi ezo ez'omu nsi ez'enjawulo, naye nandyagadde okwogera ku kuluseedi ey'e Pakistan ayaliyo mu mwezi gw'ekkumi omwakwa gwa.

Ku lunaku kuluseedi lwe yalina okubaayo, twalina okusooka n'olukung'ana lw'abaweereza. Wadde gavumenti yali yatuwa olukusa, ekifo we twali tulina okuteeka olukung'ana waali waggaddwa we twatuukirayo ku makya. Abantu abasinga mu Pakistan basiraamu. Waaliwo okutya nti wayinza okubaawo obulumbaganyi ku lukung'aana lwaffe olw'Abakristaayo. Olw'okuba olukung'ana luno lwali lwogeddwako nnyo mu mawulire, Abasiraamu bagezaako okuccankalanya kuluseedi yaffe.

Yensonga lwaki gavumenti yeekyusa amangu ago, ne basazaamu olukusa olwali lutuweereddwa okukozesa ekifo ekyo, era ne baziyiza n'abantu abaali bajja mu lukung'ana. Naye nze, saatawaanyizibwa wadde okwewuunya mu mmeeme yange. Mpozi, n'ayogera ng'omutima gwange bwe gwakwatibwako nti, "olukung'ana lujja kutandika mu ttuntu olwaleero." N'ayatula okukkiriza kwange ng'aba poliisi abaalina ne mmundu basibyewo ekifo kyonna era nga tewali kabonero konna kalaga nti abakungu mu gavumenti banaakyusamu mu kyebasazeewo.

Katonda yamanya nti embeera bw'eti bwejja okubeera era n'ateekateeka minisita w'eby'obuwangwa n'eby'emizannyo ow'omu gavumenti y'e Pakistani eyali ajja okugonjoola ekizibu kino. Yali mu Lahore ng'aze ku mirimu gya bizinensi, bwe yali agenda ku kisaawe ky'ennyonyi okuddayo e Islamabad, n'awulira ku kye twaliiko n'akubira ekitongole kya poliisi n'abakozi ba gavumenti mu kitundu kino, ng'abagamba baleke olukung'ana lubeereyo. Era n'ayongezaayo n'essaawa ennyonyi kwe yali egendera n'asooka okujja alabe ekifo olukung'ana we lwali lutegekeddwa.

Mu mirimu gya Katonda egy'ewuunyisa, wankaaki y'ekifo n'egguka, era abantu bangi ne bayingira n'emizira wamu n'okusagambiza. Ne beegwa mu kifuba abamu ne bakaaba olw'essanyu, nga baddiza Katonda ekitiibwa. Era zaali saawa mukaaga ze nnyini ez'omu ttuntu!

Olunaku olwaddako, mu kuluseedi, emirimu egy'amaanyi, egy'amaanyi ga Katonda gyalagibwa wakati mu bantu abangi ennyo okusinga ku be baali balabye mu byafaayo by'obukrstaayo mu Pakistan. Era kyaggulawo n'ekkubo ery'emirimu gy'obu minsane mu nsi z'ebuwalabu. Okuva olwo, ne tuweesa Katonda ekitiibwa mu ngeri ey'amaanyi mu buli nsi gye twagendanga okukubayo kuluseedi nga tubeera n'abantu bangi ddala, era nga wakolerwayo n'emirimu gya Katonda egy'amaanyi egikyasinzeeyo.

Nga bwe tuyinza okuggula oluggi lwonna kasita tubeera "N'ekisumuluzo ekiggula buli luggi," bwe tubeera n'okukkiriza okutuukiridde, tusobola okussa wansi amaanyi ga Katonda wakati ne mu mbeera eringa etasoboka. Era awo ebizibu byonna we biggwera.

Era, wadde obubenje, ebigwa bitalaze, oba endwadde ezittirawo ate nga zikwata mangu bingi, tusobola okukuumibwa Katonda singa tusembera okumpi ne Katonda n'emitima egy'amazima wamu n'okukkiriza okutuukiridde. Era, wadde abantu abali mu buyinza oba abo ababi ne bwe bagezaako okukusuula n'emitego, bw'obeera n'omutima ogw'amazima n'okukkiriza okutuukiridde, ojja kusobola okuddiza Katonda ekitiibwa nga Danyeri eyakuumibwa mu bunnya bwe mpologoma.

Ekitundu eky'okubiri ekya 2 Ebyomumirembe 16:9 wagamba, "Kubanga amaaso ga MUKAMA gatambulatambula wano ne wali okubuna ensi zonna, okweraga bwali ow'amaanyi eri abo abalina omutima ogutuukiridde Gyali." N'abaana ba Katonda bajja kusisinkana ebika by'ebizibu bingi ebitono n'ebinene mu bulamu bwabwe. Mu kiseera ekyo, Katonda abasuubira okuba nga beesigama ku Ye, nga basaba n'okukkiriza okutuukiridde.

Abo abajja eri Katonda n'omutima ogw'amazima bajja kwenenyeza ddala ebibi byabwe singa ebibi byabwe byanikibwa. Ebibi byabwe bwe binaasonyiyibwa, bafuna obuvumu, era basobola okusemberera Katonda n'obukakafu obujjuvu obw'okukkiriza (Abaebbulaniya 10:22). Nsaba mu linnya lya Mukama nti ojja kutegeera ennono eno era osemberere Katonda n'omutima ogw'amazima n'okukkiriza okutuukiridde, osobole okufuna okuddibwamu eri buli kimu ky'osabira.

Eby'okulabirako bya Bayibuli

Eggulu ery'okusatu n'ebbanga ery'eggulu ery'okusatu

Eggulu ery'okusatu y'eyo obwakabaka obw'omu ggulu gye busangibwa.

Ebbanga eririmu embala ez'eggulu ery'okusatu lye liyitibwa 'ebbanga ery'omutendera ogw'okusatu'.

Bwe bubeera obw'ebbugumu mu kiseera eky'omusana, tugamba nti tulinga abali mu ddungu.

Ekyo tekitegeeza nti ddala empewo eyo eyokya ey'omu ddungu yazze mu kifo ekyo.

Wabula kitegeeza nti embeera y'obudde mu kifo ekyo efaanana n'embeera y'obudde mu bifo eby'eddungu.

Mu ngeri y'emu, ebintu eby'omu ggulu ery'okusatu ne bwe bituukawo mu ggulu erisooka (ekifo kino ekirabibwa n'amaaso kye tubeeramu), tekitegeeza nti waliwo ekifo mu ggulu ery'okusatu ekivuddeyo ekizze mu ggulu lino erisooka.

Kituufu, eggye ery'omu ggulu, bamalayika, oba bannabbi bwe bajja mu ggulu erisooka, enzigi ezituuka mu ggulu ery'okusatu zijja kuggulwawo.

Ng'abalambula ku mwezi bwe balina okubeera ng'abambadde ebyambalo by'oku mwezi okugendayo, abo ab'omu ggulu ery'okusatu bwe bajja wansi mu ggulu erisooka, balina 'okwambala' ebbanga ery'omutendera ogw'okusatu.

Abamu ku bajjajja b'okukkiriza mu Bayibuli n'abo beerabira ku bbanga ery'eggulu ery'okusatu. Waliwo ebiseera bamalayika oba bamalayika ba MUKAMA bwe baalabikanga ne babeerako bwe babayamba.

Peetero ne Pawulo bateebwa okuva mu Kkomera

Ebikolwa 12:7-10 wagamba, "Laba, malayika wa Mukama n'ayimirira w'ali, okutangaala ne kujjula ekisenge, n'akuba Peetero mu mbiriizi n'amuzuukusa ng'agamba nti, "Yimuka mangu." Enjegere ne ziva ku mikono ne zigwa. Malayika n'amugamba nti, "Weesibe, oyambale engato zo, N'akola bw'atyo. N'amugamba nti, "Yambala ekyambalo kyo, ongoberere." N'afuluma, n'amugoberera, so teyamanya nga bya mazima malayika by'akoze, naye yalowooza nti alabye kwolesebwa. Bwe baayita ku bakuumi abaasookerwako n'ab'okubiri ne batuuka ku luggi olw'ekyuma oluyitibwako okutuuka mu kibuga; ne lubaggukirawo lwokka, ne bafuluma ne bayita mu kkubo limu. amangu ago malayika n'amuleka."

Ebikolwa 16:25-26 wagamba, "Naye ekiro mu ttumbi Pawulo ne Siira ne basaba ne bayimbira Katonda, abasibe ne babawulira. Amangu ago ne wabaawo ekikankano kinene n'emisingi gy'ekkomera ne gikankana, amango ago enzigi zonna ne zigguka, n'ebyali bibasibye bonna ne bisumulukuka."

Ebyo bye byabaawo Peetero n'omutume Pawulo bwe baasuulibwa mu kkomera awatali musango, olw'okuba baali babuulira enjiri. Baayigganyizibwa bwe baali babuulira enjiri, kyokka tebeemulugunya wadde nakatono. Kyokka baasinzanga businza Katonda era ne basanyuka olw'okuba baali babonaabona olw'erinnya lya Mukama Olw'okuba emitima gyabwe gyali mirambulukufu, okusinziira ku bwenkanya obw'eggulu ery'okusatu, Katonda yabasindikira bamalayika okubata. Enjegera ezaali zinywezeddwa wamu n'enzigi ez'ebyuma tebwali buzibu wadde n'akatono eri bamalayika.

Danyeri awona ekinnya ky'empologoma

Danyeri bwe yali katikkiro ow'obwakabaka bw'Obuperusi, abamu kw'abo abaamukwatirwanga obuggya ne basala olukwe okumutta. Era ekyavaamu n'asuulibwa mu kinnya ky'empologoma. Naye Danyeri 6:22 wagamba says, "Katonda wange yatumye malayika we, n'aziba emimwa gy'empologoma, ne zitankola bubi, kubanga mu maaso ge nalabika nga siriiko kabi era ne mu maaso go, ai kabaka sikolanga kabi." Wano, 'Katonda wange yatumye malayika we, n'aziba emimwa gy'empologoma' kitegeeza nti ebbanga ery'eggulu ery'okusatu lyazibikka.

Mu bwakabaka obw'omu ggulu mu ggulu ery'okusatu, n'ensolo enkambwe ku nsi, ng'empologoma, tezibeera na bulabe bwonna wabula zibeera nzikakkamu. Kale, ensolo z'ennyini ez'ensi eno n'azo zaafuuka nzikakkamu ebbanga ery'eggulu ery'okusatu bwe lyazibikka. Naye ebbanga eryo bwe ligibwawo, zijja kuddayo mu mbala yaazo ey'obukambwe. Danyeri 6:24 wagamba, "Kabaka n'alagira, ne baleeta abasajja abo, abaaloopa Danyeri ne babasuula mu mpuku ey'empologoma, bo, n'abaana baabwe, ne bakazi baabwe; empologoma ne zibayinza, ne zimenyaamenya amagumba gaabwe gonna, nga tebannatuuka wansi ddala mu mpuku."

Danyeri yakuumibwa Katonda kubanga yali tayonoonye wadde n'akatono. Abantu ababi bagezaako okumutega obutego asobole okusingisibwa omusango, naye ne batalaba musango gwonna ku ye. Era, yasaba wadde ng'obulamu bwe bwali mu katyabaga. Ebikolwa bye byonna byali birambulukufu okusinziira ku bwenkanya obw'okumutendera ogw'okusatu, era olwensonga eno ebbanga ery'eggulu ery'okusatu ne libikka ekinnya ky'empologoma era Danyeri n'atakolebwako buzibu bwonna.

Essuula 7: Naye mmwe mumpita ani?

> "Ggwe Kristo, Omwana wa Katonda omulamu."
> Bw'oyatula ebigambo ng'ebyo okuva ku ntobo y'omutima gwo,
> kijja kugobererwa ebikolwa.
> Katonda awa omukisa abo abaatula ebigambo ng'ebyo.

Obukulu Bw'okwatula n'emimwa

Peetero atambulira ku mazzi

Peetero afuna ebisumuluzo by'eggulu

Ensonga lwaki Peetero yafuna emikisa egy'ewuunyisa

Ttambulira mu Kigambo bw'oba ng'okkiriza nti Yesu ye Mulokozi wo

Okufuna okuddibwamu mu maaso ga Yesu

Okufuna okuddibwamu okuyita mu kwatula okw'emimwa

N'abagamba nti, "Naye mmwe mumpita ani?" Simooni Peeter n'addamu n'agamba nti, "Ggwe Kristo, Omwana wa Katonda omulamu." Yesu n'addamu n'amugamba nti, "Olina omukisa, Simooni Ba-Yona, kubanga omubiri n'omusaayi tebyakubikkulira ekyo, wabula Kitange ali mu ggulu. "Nange nkugamba nti ggwe Peetero, Nange ndizimba ekkanisa Yange ku lwazi luno; so n'emiryango gy'emagombe tegirigiyinza. "Ndikuwa ebisumuluzo by'obwakabaka obw'omu ggulu kyonna kyonna ky'olisiba ku nsi kirisibibwa mu ggulu, kyonna kyonna ky'olisumulula ku nsi kirisumulibwa mu ggulu."

Matayo 16:15-19

Abafumbo abamu balwawo okugambagana nti "Nkwagala," kumpi mu bulamu bwabwe bwonna nga bali babiri. Bwe tubabuuza, bagamba nti ekiri mu mutima gwabwe kye kikulu, era tebalina ku kyogera ekiseera kyonna. Kituufu, omutima kikulu okusinga okwogera eky'okugere mu kamwa nga tokitegeeza.

Ne bwe twogera emirundi emeka nti "Nkwagala," bwe tutayagala okuva ku ntobo y'omutima gwaffe, ebigambo ebyo tebibeeamu mulamwa. Naye ng'olowooza tekyandibadde kirungi nnyo okwatula ekiri mu mutima? Ne mu mwoyo bwe kityo.

Obukulu bw'okwatula n'emimwa

Abaruumi 10:10 wagamba, "...kubanga omuntu akkiriza na mutima okuweebwa obutuukirivu, era ayatula na kamwa okulokoka."

Kituufu, olunyiriri luno kye lusinga okussaako essira kwe kukkiriza n'omutima gwaffe. Tetuyinza kulokolebwa olw'okwatula obwatuzi n'emimwa nti "Nzikkirizza," Wabula olw'okukkiriza okuva mu mutima. Naye era lugamba nti tulina kwatula nakamwa kaffe ekyo kye tukkirizza mu mutima. Lwaki?

Kwe kutulaga obukulu bw'ebikolwa ebiddirira okwatula n'emimwa. Abo aboogera nti bakkiriza, kyokka ne kikoma ku mumwa kwokka nga tebalina kukkiriza mu mitima gyabwe, tebasobola kulaga bukakafu obw'okukkiriza kwabwe, nga bye bikolwa byabwe oba ebikolwa eby'okukkiriza.

Naye abo abakkiririza ddala mu mutima era ne baatula n'emimwa gyabwe balaga obukakafu bw'okukkiriza kwabwe. Gamba nga, bakola ekyo Katonda kyabagamba okukola, era tebakola ekyo Katonda kyatugaana okukola, ne bakuuma Katonda byatugamba okukuuma, era ne basuula eri Katonda byatugamba okusuula eri.

Yensonga lwaki Yakobo 2:22 wagamba, "Olaba ng'okukkiriza kwakolera wamu n'ebikolwa bye, era okukkiriza kwe kwatuukirizibwa olw'ebikolwa bye." Matayo 7:21 nawo wagamba, "Buli muntu ang'amba nti, 'Mukama wange, Mukama wange,' si ye aliyingira mu bwakabaka obw'omu ggulu, wabula akola Kitange ali mu ggulu by'ayagala." Kwe kugamba, kiragibwa nti tusobola okulokolebwa kasita tugoberera okwagala kwa Katonda.

Bw'oyatula ebigambo eby'okukkiriza ebiva mu mutima gwo, birina okugobererwa ebikolwa. Olwo nno, Katonda kino akitwala ng'okukkiriza okw'amazima era ajja kukukulembera eri ekkubo ery'emikisa. Mu Matayo 16:15-19, tulaba Peetero nga bwe yafuna emikisa egy'ewuunyisa okuyita mu kwatula kwe okw'okukkiriza okwava ku ntobo y'omutima gwe.

Yesu Yabuuza abayigirizwa, "Naye mmwe mumpita ani?" Peetero n'addamu nti, "Ggwe Kristo, Omwana wa Katonda omulamu." Yasobola atya okukola okwatula okw'okukkiriza okulungi okwenkanidde awo?

Mu Matayo 14, tusoma ku mbeera Peetero bwe yayatula ebigambo eby'okukkiriza ebiringi ennyo. Yabyogera lwe yatambula ku mazzi. Omuntu okutambulira ku mazzi tekyefumitirizibwako mu magezi g'omuntu. Yesu okutambulira ku mazzi kyewuunyisa kyokka ne Peetero bwatambulira ku mazzi ate kiyitiria.

Peetero atambulira ku mazzi

Mu kiseera ekyo, Yesu yali abadde asaba yekka eyo mu nsozi, era eyo wakati mu kiro, N'ajja eri abayigirizwa Be abaali ku lyato, ng'amayengo gabali bubi. Abayigirizwa baalowooza nti gwali muzimu. Lowooza ku kintu ekijja nga kikusemberera mu nzikiza eyo mu kiro wakati mu nnyanja! Abayigirizwa ne balaajana mu kutya.

Yesu, n'abagamba nti, "Muddemu omwoyo, Nze nzuuno; temutya." Peetero n'addamu nti, "Mukama wange, oba nga ggwe wuuyo, ndagira njije gy'oli ku mazzi." Yesu n'amugamba nti, "Jangu!" awo Peetero n'ava mu lyato, n'atambulira ku mazzi bwatyo n'ajja eri Yesu.

Peetero yasobola okutambulira ku mazzi si lwakuba nti okukkiriza kwe kwali kutuukiridde. Kino tusobola okukirabira ku ky'okuba nti yatya bwe yatandika okubbira bwe yalaba amayengo n'omuyaga. Yesu n'amubaka era n'amugamba nti, "Ggwe alina okukkiriza okutono, kiki ekikubuusizzabuusizza?" Bw'aba nga yali talina kukkiriza kutuukiridde, olwo Peetero yasobola atya okutambulira ku mazzi?

Wadde yali tasobola kukikola na kukkiriza kwe ye, yali akkiririza mu Yesu Kristo, Omwana wa Katonda mu mutima gwe era olw'okumukkiririzaamu mu kiseera kino yasobola okutambulira ku mazzi. Mu kiseera kino, tusobola okulaba ekintu ekikulu ennyo: nti kikulu okwatula n'emimwa gyaffe bwe tukkiririza mu Mukama era ne tumusenza.

Nga Peetero tannatambulira ku mazzi, yayogera nti, "Mukama wange, oba nga ggwe wuuyo, ndagira njije gy'oli ku mazzi." Kituufu tetusobola kugamba nti okwatula kuno kwali kutuukiridde. Singa yali akkiririza mu Mukama mu mutima gwe ebitundu 100%, yandigambye nti, "Mukama, osobola okukola ekintu kyonna, ng'amba nzijje gyoli ku mazzi."

Naye, olw'okuba Peetero teyalina kukkiriza kumala okusobola okukola okwatula okutuukiridde okuva ku ntobo y'omutima gwe, yagamba nti, "Mukama wange, oba nga ggwe wuuyo." Yalinga anoonya okukasibwa. Kyokka, Peetero yayawulwa ku bayigirizwa abalala abaali ku lyato nga ayogera ebigambo bino.

Yayatula okukkiriza kwe bwe yategeera bwati Yesu so nga abayigirizwa abalala baali mu kulaajaana olw'okutya. Peetero bwe yakkiriza era n'akkiririza mu Yesu era n'amwatula nga Mukama okuva ku ntobo y'omutima gwe, yasobola okwerabira ekintu eky'ekyewuunyo bwe kityo ekyali tekiyinzika kubaawo na kukkiriza kwe saako amaanyi ge, nga kwe kwali okutambulira ku mazzi.

Peetero afuna ebisumuluzo by'eggulu

Okuyita mw'ekyo kye yayitamu waggulu, Peetero ekyavaamu yakola okwatula okutuukiridde okw'okukkiriza kwe. Mu Matayo 16:16, Peetero yayogera nti, "Ggwe Kristo, Omwana wa Katonda omulamu." Kuno kwali okwatula okw'ekika ekirala okusinga ku kuli kwe yakola ng'atambulira ku mazzi. Mu kiseera ky'obuweereza bwa Yesu, Si buli muntu nti yali akkiriza nti Ye Mununuzi. Abamu baamukwatirwanga obuggya era ne bagezaako n'okumutta.

Eriyo n'abantu abaamusalira omusango n'abalala ne bamukolokota nga bamwogerako nti 'Yali mulalu', 'Yaliko dayimooni wa Beeruzabeeri', oba nti 'Ye yali akulira dayimooni ze yali agoba'.

Era, ne mu Matayo 16:13, Yesu yabuuza abayigirizwa Be nti, "Omwana w'Omuntu, abantu bamuyita ani?" Kwe kuddamu nti, "Abalala bamuyita Yokaana omubatiza, abalala nti Eriya; abalala nti, Yeremiya, oba omu ku bannabbi." Waaliwo ebigambo bingi ebyayogerwa ku Yesu, kyokka abayigirizwa tebaabyogera nga boogerako birungi byokka basobole okuzzaamu Yesu amaanyi.

Kati Yesu kwe kuddamu n'ababuuza nti, "Naye mmwe mumpita ani?" Eyasooka okuddamu ekibuuzo kino yali Peetero. Yayogera mu Matayo 16:16, "Ggwe Kristo, Omwana wa Katonda omulamu." Tusoma mu nyiriri eziddako nga Yesu awa Peetero ekigambo eky'omukisa.

"Olina omukisa, Simooni Ba-Yona, kubanga omubiri n'omusaayi tebyakubikkulira ekyo, wabula Kitange ali mu ggulu" (Matayo 16:17).

"Nange nkugamba nti ggwe Peetero, Nange ndizimba ekkanisa Yange ku lwazi luno; so n'emiryango gy'emagombe tegirigiyinza. "Ndikuwa ebisumuluzo by'obwakabaka obw'omu ggulu kyonna kyonna ky'olisiba ku nsi kirisibibwa mu ggulu, kyonna kyonna ky'olisumulula ku nsi kirisumulibwa mu ggulu" (Matayo 16:18-19).

Peetero yafuna omukisa okufuuka omusingi gw'ekkanisa n'okubeera ng'alina obuyinza okulaga ebintu eby'omu bbanga ery'omwoyo mu bbanga lino erirabibwa n'amaaso. Bwe bityo ebintu ebyewuunyisa bingi kye biva byatuukawo okuyita mu Peetero mu kiseera ekyaddirira; abalema baatambula, abafu ne bazuukizibwa n'enkumi n'enkumi z'abantu beenenya omulundi gumu.

Era, Peetero bwe yakolimira Ananiya ne Safira ababba Omwoyo Omutukuvu, bagwirawo wansi ne bafa (Ebikolwa 5:1-11). Ebintu bino byonna byasoboka kubanga omutume Peetero yalina obuyinza nga buli kyasiba ku nsi kisibibwa ne mu ggulu, era nga buli kyasumulula ku nsi kisumululwa ne mu ggulu.

Ensonga lwaki Peetero yafuna emikisa egy'ewuunyisa

Ensonga yali ki eyafunyisa Peetero emikisa egyewuunyisa bwe gityo? Bwe yali atambulira okumpi ne Yesu ng'omuyigirizwa We yalaba emirimu egy'amaanyi egitabalika egyakolebwa okuyita mu Yesu. Ebintu ebyali tebisobola kukolebwa n'amaanyi ga bantu byonna byatuukawo okuyita mu Yesu. Ebintu ebitasobola kusomesebwa n'amagezi ga muntu byayogerwa era ne bituukirira okuyita mu kamwa ka Yesu. Olwo, ddala abakkiririza mu Katonda era nga balina omutima omulungi babeera basigazza kukola ki? Tolowooza nti ddala baalina okwebuuza muli nti, 'Ddala ono ayinza okuba omuntu owa bulijjo? Ateekwa kuba nga Mwana wa Katonda eyava mu Ggulu'.

Kyokka wadde baalaba Yesu ono, abantu bangi mu kiseera ekyo tebaamutegeera. Naddala, bakabona abakulu, bakabona, Abafalisaayo, abawandiisi, n'abakulembeze abalala tebaayagala kumukkiriza.

Ate abalala bo baamukwatirwa obuggya era ne bagezaako okumutta. So nga abalala baamukolokota ne bamusalira omusango nga bakozesa ebirowoozo byabwe bo. Bano Yesu yabasaasira era n'agamba mu Yokaana 10:25-26 nti, "Nnabagamba, naye temukkiriza, emirimu gye nkola mu linnya lya Kitange, gye gintegeeza Nze. Naye mmwe temukkiriza kubanga temuli ba mu ndiga Zange."

Ne mu kiseera kya Yesu, abantu bangi nnyo baakolokota Yesu n'okumusongamu ennwe era ne bagezaako okumutta. Wabula, abayigirizwa Be abaali bajja bamwetegeza okumala akabanga, baali ba njawulo. Kale, si bonna abayigirizwa bakkiriza era ne baatula nti Yesu ye Mwana wa Katonda era Kristo okuva ku ntobo y'emitima gyabwe. Kyokka bakkiriza Yesu era ne bamusembeza.

Peetero yagamba Yesu, "Ggwe Kristo, Omwana wa Katonda omulamu," era nga si kye kintu kye yali awulidde ku muntu omulala oba kye yamanya mu birowoozo bye. Yasobola okukitegeera olw'ebikolwa bya Katonda bye yalaba ebyagobereranga Yesu n'okuba nti Katonda yamuganya okukitegeera.

Ttambulira mu Kigambo bw'oba ng'okkiriza nti Yesu ye Mulokozi wo

Abamu boogera n'emimwa gyabwe nti, "nzikiriza," lwakuba abantu abalala bababuulira nti tulokoka bwe tukkiririza mu Yesu era tusobola okuwonyezebwa era ne tufuna emikisa singa tugenda mu kkanisa. Kituufu, bw'ojja mu kkanisa omulundi ogusooka, emirundi egisinga obeera tojja ku kkanisa nti olw'okuba olina by'omanyi ebimala ebikusobozesa okukkiriza. Bwe bawulira nti basobola okuweebwa omukisa era ne balokolebwa bwe bagenda mu kkanisa, abantu bangi babeera balowooza, 'Ye lwaki sigezaako n'endaba?'

Naye nga ensonga ne bw'ebeera etya ekuleese ku kkanisa, oluvannyuma lw'okulaba emirimu gya Katonda egy'ewuunyisa tosobola kusigala na ndowooza y'emu nga gye wazze nayo. Kye ng'amba kye kino nti tolina kumala gaatula na kamwa nti okkiriza kyokka nga tolina kukkiriza kwonna, naye olina okukkiriza Yesu Kristo ng'omulokozi wo era otuuse ku balala Yesu Kristo okuyita mu bikolwa byo.

Nze, n'atambulira mu bulamu bwa njawulo ddala okuva lwe n'asisinkana Katonda Omulamu era ne mukkiriza ng'Omulokozi wange. N'asobola okukkiririza mu Katonda ne Yesu ng'Omulokozi wange ebitundu 100% mu mutima gwange.

Bulijjo n'akkiririzanga mu Mukama mu bulamu bwange era n'engondera Ekigambo ekya Katonda. Saalemera ku birowoozo byange, ku bye n'ayiga, oba ebirowoozo eby'enjawulo kyokka neesigamanga ku Katonda yekka mu buli kimu. Nga bwe kyogera mu Ngero 3:6, "Mwatulenga mu makubo go gonna, Kale anaalung'amyanga olugendo lwo," Olw'okuba n'akkiririzanga mu Katonda mu buli kimu, Katonda yannung'amya mu makubo gange gonna.

Bwe ntyo ne ntandika okwerabira ku mikisa egy'ewuunyisa nga egya Peetero gye yafuna. Nga Yesu bwe yagamba Peetero, "...kyonna kyonna ky'olisiba ku nsi kirisibibwa mu ggulu, kyonna kyonna ky'olisumulula ku nsi kirisumulibwa mu ggulu." Katonda yaddamu buli kimu kye nnakkiririzangamu ne kye n'asabanga.

Nnakkiriza Katonda era ne nneggyako buli kika kya bubi okusinziira ku Kigambo kya Katonda. Bwe n'atuuka ku ddaala ery'obutuukirivu, Katonda n'ampa amaanyi Ge. Nga bwe nteeka emikono gyange ku balwadde, ng'endwadde zibavaako era nga bawona. Nga bwe nsabira abo abalina ebizibu mu maka gaabwe oba mu bizinensi, ng'ebizibu byabwe bigonjoolwa. Bwe n'akkiririzza ddala Katonda mu buli kimu, n'enjatula okukkiriza kwange, era ne musanyusa nga ntambulira mu Kigambo Kye, yaddamu okuyaayaana kw'omutima gwange kwonna era n'ampa omukisa omunene.

Okufuna okuddibwamu mu maaso ga Yesu

Mu Bayibuli tulaba nti abantu bangi bajja eri Yesu, era endwadde zaabwe wamu n'obunafu bwabwe byawonyezebwa oba ebizibu bye baalina byagonjoolebwa. Mw'abo mwalimu n'Abamawanga, naye nga abasinga obungi baali Bayudaaya abaali bakkiririzza mu Katonda okumala emyaka mingi nnyo.

Kyokka wadde bakkiririza mu Katonda, tebaasobolanga kugonjoola bizibu byabwe nga bo oba wadde okufuna eky'okuddamu n'okukkiriza kwabwe bo. Nga bawonyezebwa endwadde n'okumalawo ebizibu byabwe nga bamaze kujja mu maaso ga Yesu. Kyali bwe kityo lwakuba bwe baba bakkiriza Yesu, kino baalina okukiraga okuyita mu bikolwa byabwe ng'obukakafu.

Ensonga lwaki abantu bangi nnyo baagezaako okujja mu maaso ga Yesu era n'abamu ne bakwata ku ngoye Ze lwakuba baalina okukkiriza nti Yesu si muntu wa bulijjo nti era ebizibu byabwe byali bijja kugonjoolwa kasita bagenda mu maaso ge, wadde okukkiriza kwabwe kwali tekutuukiridde. Baali tebasobola kufuna kuddibwamu eri ebizibu byabwe n'okukkiriza kwabwe nga bo, kyokka nga bwe bajja eri Yesu ne bamukkiriza nga bawonyezebwa.

Ate ggwe? Bw'oba ng'okkiririza ddala mu Yesu Kristo era n'ogamba nti, "Ggwe Kristo, Omwana wa Katonda Omulamu," olwo nno Katonda anaakuddamu, bw'anaalaba omutima gwo. Kituufu, okwatula kw'okukkiriza okw'abo ababadde mu kkanisa okumala ebbanga kulina okubeera okw'enjawulo kw'abo abakkiriza abaggya. Kiri bwe kityo lwakuba Katonda atwetaaza okwatula okw'emimwa nga kwanjawulo okuva mu bantu ab'enjawulo okusinziira ku kukkiriza kwa buli omu. Ng'era okumanya kw'omwana ow'emyaka ena bwe kubeera okw'enjawulo ku kw'omwana avubuse, n'okwatula kw'emimwa kulina kubeera kwanjawulo.

Wabula wadde guli gutyo, tosobola kutegeera bintu bino nga ggwe oba olw'okuba obiwulidde okuva ku muntu omulala n'obiyingiza. Wabula Omwoyo Omutukuvu mu ggwe yakuwa okutegeera, era olina okwatulira mu kulung'amizibwa kw'Omwoyo Omutukuvu.

Okufuna okuddibwamu okuyita mu kwatula okw'emimwa

Mu Bayibuli, mulimu abantu bangi abaafuna okuddibwamu kwabwe olw'okwatula okukkiriza kwabwe. Mu Lukka essuula 18, omusajja omuzibe bwe yakkiriza Mukama, yajja gyali, era n'ayatula nti, "Mukama wange, njagala okuzizibula" (olu. 41). Yesu n'amugamba nti, "Zibula; okukkiriza kwo kukulokodde" (olu. 42), ara amangu ago n'alaba.

Bwe bakkirizanga, era ne basenga n'okujja eri Yesu era ne bayatula n'akamwa, Yesu ng'ayita eddoboozi ery'olubereberye era nga baweebwa okuddamu eri okusaba kwabwe. Yesu alina amaanyi ge gamu nga Katonda oyo ow'amaanyi era nnyini sayansi yenna galina. Yesu bwasalawo ekintu mu mutima Gwe, endwadde yonna oba obunafu obw'ekika kyonna bijja kuwonyezebwa na buli kika kya kizibu kijja kugonjoolwa

Naye ekyo tekitegeeza nti ajja kuddamu essaala eri ebizibu by'omuntu yenna. Ekyo tekibeera kituufu okusinziira ku bwenkanya okusabira abo n'okuwa omukisa abo abatakkiriza, abatamusenza wadde okumwagala.

Mu ngeri y'emu, wadde Peetero yali akkiriza era nga yasenza Mukama mu mutima gwe, singa yali tayatudde n'emimwa gye, Yesu ddala yandiwadde Peetero ebigambo ebyo eby'omukisa ebirungi bwe bityo? Yesu yasobola okuwa Peetero ekisuubizo eky'omukisa ng'atamenye mateeka kubanga Peetero yakkiriza era n'asenza Yesu mu mutima gwe era kino n'akyatula n'emimwa gye.

Bw'oba oyagala okwenyigira mu buweereza bw'Omwoyo Omutukuvu nga Peetero bwe yakola wansi wa Yesu, olina okwatula n'emimwa gyo okuva ku ntobo y'omutima gwo. Okuyita mu kwatula okwo okw'emimwa okuvudde mu kulung'amizibwa kw'Omwoyo Omutukuvu, nsuubira nti ojja kufuna okuyaayana kw'omutima gwo mu bwangu ddala.

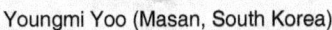
Youngmi Yoo (Masan, South Korea)

Endwadde gye sseeyitira era etatera kulabikalabika eyanzijira olunaku olumu

Wakati mu mwezi ogw'olubereberye ogwa 2005, eriiso lyange ery'oludda olwa kkono n'eritandika obutalaba bulungi era olwagira amaaso gange gombi ne gabeera nga tegalaba bulungi. Ng'ebintu mbirabamu katono oba obutabirabira ddala. Ebintu ebisinga nga bibeera mu langi ya kyenvu ate ng'ebyo ebigolokofu mbiraba ng'ebikyamye. Ate ng'okwo kwossa okusesema ne kamunguluze.
Dokita n'angamba nti, "bagiyita endwadde y'omubumbi Harada. Ebintu obirabirako ekitangaala ekitategerekeka kubanga olina ekitangaala eky'ekika ekyo mu maaso." Yagamba nti ekivaako endwadde eno tekinnamanyika era nga si kyangu okuwonya endwadde y'amaaso eno n'obujanjabi obuliwo. Singa obuzimbu bweyongerako bwali bujja kubikka emisuwa gy'amaaso kiviireko amaaso okuzibira ddala. N'entandika okutunula mu bulamu bwange n'okusaba. Bwentyo, n'entandika okwebaza nti kubanga nandisigadde

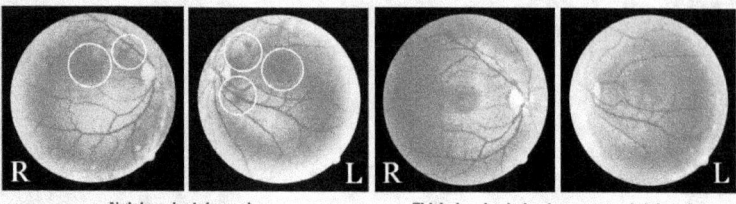

Ng'okusaba tekunnaba   Ebizimba ebyabula oluvannyuma lw'okusaba

nneemanyi singa saayita mu mbeera eyo
Oluvannyuma lw'ebyo, okuyita mu ssaala ya Rev. Dr. Jaerock Lee ku mukutu gwa TTivvi wamu n'okusaba okw'akatambaala ke yali asabidde, kamunguluze wange n'okusesema n'ebigenda. "emisuwa gy'amaaso egyali gfudde ne giwona! Ekitangaala, jangu!"
Oluvannyuma lw'ekyo, nneesanga ndabye okusaba kw'olw'okutaano ekiro kyonna nga nkulabira ku TTivvi bulungi ng'amaaso gange tegalina kizibu kyonna. Ng'obugambo obutono obuwandiikiddwa mbusoma bulungi. Nga nsobola okulaba ekintu kyonna kye njagala okulaba, era ebintu n'enziramu okubiraba obulungi ddala. Nga buli kintu nkiraba mu langi yaakyo. Nga tekikyaliwo eky'okulaba ebintu mu langi eya kyenvu yokka. Halleluya!
Mu mwezi ogw'okubiri nga 14, n'engenda bakebere ku maaso gange, okukakasa okuwonyezebwa kwange nsobole okuddiza

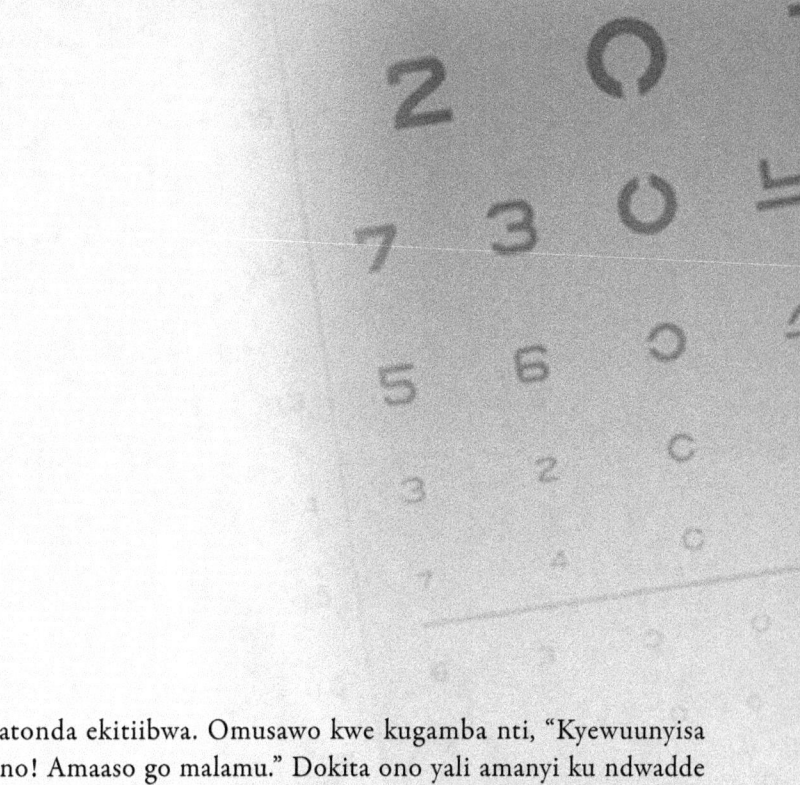

Katonda ekitiibwa. Omusawo kwe kugamba nti, "Kyewuunyisa kino! Amaaso go malamu." Dokita ono yali amanyi ku ndwadde embi ennyo eyali erumbye amaaso gange era yeewuunya okugalaba nga malamu. Bwe yageekenneenya, n'akakasa nti ekizimba kyali kigenze wamu n'obuzimbu. N'ambuuza oba waliwo awalala gye babadde banzijanjabira. ne muddamu bulungi nti: "Nedda. n'afuna okusabirwa okuva eri Rev. Dr. Lee era n'awonyezebwa olw'amaanyi ga Katonda."

Amaaso gange gaali galabira ku 0.8/0.25 nga sinnasabirwa, kyokka gaatereera ne gatandika okulabira ku 1.0/1.0 oluvannyuma lw'okusaba. Kati okulaba kwange kuli 1.2 mu maaso gombi.

-Bisimbuddwa mu Kitabo Ebintu ebitalabikalabika -

Essuula 8 — Oyagala Nkukolere Ki?

> Yesu bwe yagamba,
> "Oyagala nkukolere ki?"
> Ekyo kye yagamba eddoboozi ery'oluberebrye.

Okufuna eky'okuddamu okuyita mu ddoboozi ery'oluberebrye

Weesige Yesu okuva ku ntobo y'omutima gwo

Kkoowoola bw'oba osaba eri Katonda

Okukkiriza okutakyukakyuka

Ssuula eri olugoye lwo

Katonda awulira okwatula okw'okukkiriza

"Oyagala nkukolere ki?" N'agamba nti,
"Mukama wange, Njagala Okuzibula!"

Lukka 18:41

N'abo ababeera bazze ku kkanisa omulundi gwabwe ogusooka basobola okufuna okuddibwamu eri ekizibu kyonna bwe beesiga Katonda okuva ku ntobo y'emitima gyabwe. Kiri bwe kityo lwakuba Katonda ye Kitaffe omulungi ayagala okuwa abaana Be ebintu ebirungi, nga bwe kyawandiikibwa mu Matayo 7:11, "Kale mmwe, ababi, nga mumanyi okuwa abaana bammwe ebintu ebirungi, Kitammwe ali mu ggulu talisinga nnyo okubawa ebirungi abamusaba!"

Ensonga lwaki Katonda yateekawo obukwakkulizo mu bwenkanya Bwe obufunyisa abaana Be abaagalwa eby'okuddamu kwe kuganya abaana Be abaagalwa okufuna emikisa emingi. Katonda teyateekawo bukwakkulizo buno ng'agamba nti oba, "sijja kubawa kubanga mulemereddwa okusisinkana ebisaanyizo."

Atusomesa engeri ey'okufunamu eby'okuddamu eri okuyaayaana kw'emitima gyaffe, eby'ensimbi, ebizibu eby'omu maka, oba ebizibu eby'endwadde. Era okufuna okuddibwamu okw'ekikula ekyo mu bwenkanya bwa Katonda, okukkiriza n'obugonvu bintu bikulu nnyo.

Okufuna eky'okuddamu okuyita mu ddoboozi ery'olubereberye

Mu Lukka essuula 18, tusoma mu bujjuvu ebyabaawo ku musajja omuzibe eyafuna eky'okuddamu Yesu bwe yayita eddoboozi ery'olubereberye. Bwe yawulira nga Yesu ayitawo ku luguudo kwe yali asabiriza, kwe kukoowoola n'eddoboozi eddene. "Yesu, Omwana wa Dawudi, onsaasire!" Abo abaali bamukulembedde ne bamuboggolerera okumusirisa; kyokka ne yeeyongera nnyo okwogerera waggulu nti, "Omwana wa Dawudi, onsaasire!"

Yesu n'ayimirira era n'alagira nti bamumuleetere; era

n'amubuuza, "Oyagala nkukolere ki?" N'amugamba nti, "Mukama wange, Njagala Okuzibula!" Yesu n'amugamba nti, "Zibula; okukkiriza kwo kukulokodde." Yesu bwe yakyogera bwati, omulimu ogutatera kulabikalabika ne gubaawo. Era amangu ago n'addamu okulaba. Era abantu bonna bwe baakiraba, ne batendereza Katonda.

Yesu bwe yagamba nti, "Oyagala nkukolere ki?" Yali ayita eddoboozi ery'olubereberye. Era omusajja omuzibe bwe yayogera nti, "Mukama wange, Njagala Okuzibula!" Mukama n'agamba nti, "...okukkiriza kwo kukulokodde", lyali ddoboozi Lye ery'olubereberye nate era.

'Eddoboozi ery'olubereberye' lye ddoboozi lya Katonda lye yayogeramu bwe yali atonda eggulu n'ensi n'ebintu byonna mu Kigambo Kye. Omusajja ono omuzibe yasobola okulaba, Yesu bwe yayita eddoboozi ery'olubereberye kubanga omusajja yali atuukirizza ebisaanyizo ebimufunyisa okuddibwamu. Okuva kati, katwekenneenye mu mu bujjuvu engeri omusajja ono omuzibe bwe yasobola okufuna okuddibwamu.

Weesige Yesu okuva ku ntobo y'omutima gwo

Yesu yagenda mu bibuga eby'enjawulo, n'abunyisa enjiri y'obwakabaka obw'omu ggulu era n'akakasa Ekigambo Kye n'obubonero wamu n'ebyewuunyo ebyakigobereranga. Abalema ne batambula, abagenge ne bawona n'abo abaali tebawulira oba okulaba ne balaba era ne bawulira. Abo abaali teboogera baatandika okwogera, era dayimooni ne zigobebwa. Olw'okuba amawulire ku Yesu gaabuna wonna, ekibiina ky'abantu baakung'ana okwetooloola Yesu buli yonna gye yalaganga.

Olunaku lumu, Yesu n'ayambuka e Yeriko. Nga bulijjo abantu

bangi baali bamwetooloodde era nga bamugoberera. Mu kiseera kino, omusajja omuzibe eyali atudde ku luguudo ng'asabiriza bwe yawulira ekibiina ekinene nga kiyitawo kwe kubuuza abantu kiki ekyali kigenda mu maaso. Ne wabaawo omuntu amugamba nti, "Yesu Omunazaaleesi ayita." Awo omusajja omuzibe kwe kwogera awatali kuwannaanya kwonna nga bwaleekaana nti, "Yesu, Omwana wa Dawudi, onsaasire!"

Ensonga lwaki yaleekaanira waggulu bwatyo lwakuba yali akkiriza nti Yesu osobola okumukolako n'asobola okulaba. Era kigambibwa nti yali akkiriza Yesu okuba Omulokozi bwe yayita nti, "Yesu, Omwana wa Dawudi."

Kiri bwe kityo lwakuba abantu mu Isiraeri baamanya nti Omununuzi yali ajja kujja okuva mu lunyiriri lwa Dawudi. Ensonga esooka eyafunyisa omusajja ono omuzibe eky'okuddamu lwakuba yakkiriza era n'akkiriza nti Yesu ye Mulokozi. Era yakkiriza awatali kibuuzo kyonna nti oba ddala Yesu ono anaamusobozesa okulaba?

Wadde yali muzibe era nga tasobola kulaba, yawulira amawulire mangi agoogerwa ku Yesu. Yawulira nti omuntu ayitibwa Yesu azze era nti Yalina amaanyi mangi ng'asobola okuwonya buli kika kya bizibu, n'ebyo ebitawonyezebwanga muntu mulala yenna Ye yali akikoze.

Nga bwe kyogera mu Baruumi 10:17, "Kale okukkiriza kuva mu kuwulira," omusajja ono omuzibe yafuna okukkiriza nti naye asobola okuwonyezebwa n'alaba singa agenda eri Yesu. Yasobola okukkiriza ekyo kye yawulira kubanga yalina omutima omulungi bw'ogugeraageranya n'ogw'abalala.

Mu ngeri y'emu, bwe tubeera n'omutima omulungi, kitwanguyira okufuna okukkiriza okw'omwoyo bwe tuwulira enjiri. Enjiri ge 'mawulire amalungi', era n'amawulire ku Yesu gaali mawulire malungi. Kale abo abaalina emitima emirungi bakkiririzaawo amawulire amalungi. Eky'okulabirako, omuntu bwagamba nti, "Mponyezeddwa endwadde etawona okuyita mu ku kusaba," abo abalina emitima emirungi bajja kujaguza wamu naye. Wadde nga tebakikkiriza mu bujjuvu, bayinza okulowooza nti, "Naye bambi kirungi bwe kibeera nga kituufu."

Abantu gye bakoma okuba ababi, gye bakoma okubuusabuusa era ne bagezaako obutakikkiriza. Abamu basala n'emisango saako okukolokota nga bagamba nti, "Bali mu ku biyiiya basike abantu." Kyokka bwe bagamba nti emirimu gy'Omwoyo Omutukuvu egiragibwa Katonda gya bulimba oba miyiiye, kuno kubeera kuvvoola Mwoyo mutukuvu.

Matayo 12:31-32 wagamba, "Kyenva mbagamba nti, Abantu balisonyiyibwa buli kibi n'ekyokuvvoola, naye okuvvoola Omwoyo tekulisonyiyika. Buli muntu alivvoola Omwana w'omuntu alisonyiyibwa; naye buli muntu alivvoola Omwoyo Omutukuvu talisonyiyibwa newakubadde mu mirembe egya kaakano, newakubadde mu mirembe egigenda okujja."

Kasita okolokota ekkanisa eraga emirimu gy'Omwoyo Omutukuvu olina okwenenya. Okujjako ng'ekisenge ky'ebibi wakati wo ne Katonda kigiddwawo, lw'osobola okufuna eky'okuddamu.

1 Yokaana 1:9 wagamba, "Bwe twatula ebibi byaffe, Ye wa mazima era omutuukirivu okutusonyiwa ebibi byaffe." Bw'oba ng'olina ekintu kyonna eky'okwenenya, nsuubira nti ojja kwenenyeza ddala mu maaso ga Katonda n'amaziga era otandike okutambulira mu Kitangaala.

Kkoowoola bw'oba osaba eri Katonda

Omusajja omuzibe bwe yawulira nti Yesu agenda kuyitawo,

n'akoowoola mu ddoboozi erya waggulu ng'agamba nti, "Yesu, Omwana wa Dawudi, onsaasire!" Yakowoola Yesu mu ddoboozi erya waggulu. Lwaki yaleekaana mu ddoboozi erya waggulu?

Olubereberye 3:17 wagamba, N'agamba Adamu nti, 'Kubanga owulidde eddoboozi lya mukazi wo, n'olya ku muti gwe nnakulagira nga njogera nti, 'Togulyangako, ensi ekolimiddwa ku lulwo, mu kutegana mw'onoggyanga eby'okulya ennaku zonna ez'obulamu bwo.'"

Ng'omusajja eyasooka Adamu tannalya ku muti ogw'okumanya obulungi n'obubi, abantu nga basobola okulya ekyo kyonna Katonda kye yateekawo kye bagala. Kyokka, oluvannyuma lwa Adamu okujeemera Ekigambo kya Katonda n'alya ku muti ogwamugaanibwa, ekibi n'ekiyingirawo era ne tufuuka abantu ab'omubiri. Okuva kw'olwo, kati eky'okulya tulina kukiggya mu bulumi na ntuuyo.

Lino lye tteeka eryateekebwawo Katonda. N'olwekyo, mu ntuuyo z'ebibatu byaffe mwe tusobola okufunira okuddibwamu okuva eri Katonda. Kwe kugamba, tulina okutuyaana mu kusaaba n'omutima gwaffe, ebirowoozo n'emmeeme byonna nga biri wamu, era tukowoole okusobola okufuna okuddibwamu.

Yeremiya 33:3 wagamba, "Mpita, Nange naakuyitaba ne nkwolesa ebikulu n'ebizibu by'otamanyi." Lukka 22:44 wagamba, "N'afuba ng'alumwa ne Yeeyongera okusaba ennyo, entuuyo ze ne ziba ng'amatondo g'omusaayi, nga gatonnya wansi."

Era ne mu Yokaana 11, Yesu bwe yazuukiza Laazaalo eyali afudde okumala ennaku nnya, Yakowoola mu ddoboozi eddene, "Lazaalo, fuluma ojje!" (Yokaana 11:43). Yesu bwe yayiwa omusaayi Gwe gwonna n'amazzi era n'assa ogwenkomerero ku musaalaba, Yasooka kukoowoola mu ddoboozi eddene nti, "Kitange, nteeka omwoyo Gwange mu mikono Gyo," (Lukka 23:46).

Olw'okuba yajja eri ensi eno mu mubiri ogw'omuntu, ne Yesu ataalina kibi yakoowoola, n'ekibeera nga kikwatagana n'amateeka ga Katonda. Olwo, ffe ate, ebitonde bya Katonda obutonde, tuyinza tutya okumala gasaba nga tutudde mu mirembe awatali kukaaba wadde okukowoola ne tulowooza nti tunnaafuna eby'okuddibwamu eri ebizibu ebitasoboka kugonjoolwa n'obusobozi bw'abantu?

N'olwekyo, ensonga ey'okubiri lwaki omusajja omuzibe yasobola okufuna eky'okuddamu kwe kuba nti yakoowoola mu ddoboozi eddene, nga bwe kityo bwe kyalina okubeera okusinziira ku mateeka ga Katonda.

Yakobo yafuna omukisa gwa Katonda bwe yasaba okutuuka embalakaso ye bwe yeereega (Olubereberye 32:24-30). Okutuuka ng'ekyeeya ekyamala emyaka esatu n'ekitundu kiweddeko, Eriya y'asaba n'amaanyi ge gonna ng'atadde omutwe gwe mu magulu, (1 Bassekabaka 18:42-46). Tusobola okufuna eky'okuddibwamu mangu nga tukwata ku mutima gwa Katonda bwe tusaba n'amaanyi gaffe gonna, n'okukkiriza, wamu n'okwagala.

Okukowoola mu kusaba tekitegeeza nti tulina okuleekaana n'eddoboozi eryo erinyiiza. Osobola okutegeera engeri ey'okusaba n'engeri ey'okufunamu okuddibwamu okuva eri Katonda bw'osoma ekitabo, 'Mutunule era Musabe'.

Okukkiriza okutakyukakyuka

Abantu abamu bagamba, "Katonda amanyi ebuziba ddala w'omutima gwo, kati teweetaaga kukoowoola ng'osaba." Naye ekyo si kituufu. Omusajja omuzibe baamuboggolera asirike, naye ye yasigala aleekaana obutalekaayo.

Teyawuliriza abo abantu abaali bamugamba okusirika, wabula yeeyongera bweyongezi okukowoola okusinziira ku mateeka ga Katonda n'omutima ogw'okwegayirira. Okukkiriza kwe mu kiseera kino kwali kutuukiridde nga tekukyukakyuka. Era ensonga ey'okusatu lwaki yafuna okuddibwamu lwakuba yalaga okukkiriza kwe okwali tekukyukakyuka mu mbeera yonna.

Abantu bwe baamunenya, singa omusajja omuzibe yali awulidde bubi oba n'asirika, teyandisobodde kulaba. Kyokka, olw'okuba yalina okukkiriza okunywevu bwe kutyo ng'akkiriza nti ajja kulaba singa anaasisinkana Yesu, yali tasobola kukkiriza kaseera ako kumuyitako abantu ne bwe baamuboggolera batya. Teyali ssaawa yakulaga malala ge. Oba, yagaana embeera okumulemesa wadde yali nzibu etya. Yagenda mu maaso n'okukowoola era ekyavaamu n'afuna okuddibwamu.

Mu Matayo essuula 15 tulaba omukazi Omukanani eyajja eri Yesu n'omutima omukakkamu era bwatyo n'afuna eky'okuddamu. Yesu bwe yagenda e Ttuulo ne Sidoni, ne wavaayo omukazi eyajja mu maaso ga Yesu ng'amwegayirire amugobere dayimooni eyali ku muwala we. Olwo Yesu yagamba atya? Yagamba nti, "Si kirungi okuddira emmere y'abaana n'okugisuulira obubwa,." Abaana wano abali boogerwako be baana ba Isiraeri ng'omukazi Omukanani, yayitiddwa embwa.

Omuntu owa bulijjo yandiwulidde bubi nnyo olw'ebigambo ebyo era yandigenze bugenzi. Naye omukazi ono yali wanjawulo. Yagenda mu maaso n'okwegayirira ng'agamba nti, "Weewaawo, Mukama wange; kubanga n'obubwa bulya obukunkumuka obugwa okuva ku mmeeza ya bakama baabwo." Yesu yakwatibwako nnyo era kwe kwogera nti, "Ggwe omukazi, okukkiriza kwo kunene; kibeere gyoli nga bw'oyagala." Amangu ago muwala we n'awona. Yafuna okuddibwamu eri okusaba kwe kubanga yasuula eri okwemanya kwonna ne yeetowaaza.

Kyokka, abantu bangi bwe bajja eri Katonda nga bagala

abagonjoolere ekizibu ekinene, baddayo buzzi oba tebatera kwesigamira ddala ku Katonda, olw'okuba bawulidde bubi olw'akantu akatono. Naye nga ddala bwe babeera n'okukkiriza nti asobola okugonjoola embeera enzibu yonna, n'omutima omuwombeefu, babeera bagenda mu maaso okusaba Katonda okubawa ekisa Kye.

Ssuula eri olugoye lwo

Yesu bwe yagenda e Yeriko mu kiseera ekyo, Yazibula amaaso g'omusajja omuzibe, mu Makko 10:46-52, tusoma nti Yesu yazibula amaaso g'omusajja omuzibe omulala. Omuzibe ono ye yali Battimaayo.

Naye yakowoola n'eddoboozi erya waggulu bwe yawulira nti Yesu ayitawo. Yesu n'agamba abantu bamumuleetere, era tulina okwetegereza obulungi ekyo kye yakola. Makko 10:50 wagamba, "Naye n'asuula eri olugoye lwe, n'asituka, n'ajja eri Yesu." Eno yensonga eyinza okuba nga yamufunyisa eky'okuddamu kye: yasuula eri olugoye lwe n'ajja eri Yesu.

Olwo, amakulu ag'omwoyo agakwekeddwa mu kusuula eri olugoye ge gali wa kubanga ke kaali akamu ku bukwakkulizo obw'okufuna eky'okuddamu? Olugoye lw'omuntu asabiriza luteekwa okuba lwali luddugala nnyo era nga luwunya n'okuwunya. Naye ng'ate kye kintu kyokka asabiriza kyalina kyasobola okukuumisa omubiri gwe. Naye Battimaayo yalina omutima omulungi nti yali tasobola kugenda eri Yesu n'olugoye oluddugala bwe lutyo era oluwunya.

Yesu, gwe yali agenda okusisinkana, yali muntu omutukuvu era omulongoofu. Omusajja omuzibe yamanya nti Yesu yali muntu omulungi eyawanga abantu ekisa, okubawonya, n'okuwa abaavu essuubi n'abalwadde. Kale yawulira eddoboozi ly'omutima gwe nti yali tasobola kugenda mu maaso ga Yesu n'olugoye lwe oluddugala era oluwunya. Yagondera eddoboozi era n'alusuula eri.

Bino byonna byabaawo nga Battimaayo tannafuna Mwoyo Mutukuvu, kale yasobola okuwuliriza eddoboozi mu mutima gwe omulungi era n'aligondera. Kwe kugamba, yasuula eri ekintu ekyali kisinga omuwendo mu bye yalina, nga lwe lugoye lwe amangu ago. Amakulu amalala ag'omwoyo ag'olugoye oluddugala era oluwunya. Gwe mutima ogulimu agatali mazima gamba nga amalala, okwemanya, n'ebintu ebirala byonna ebiddugala.

Kino kitegeeza nti, okusobola okusisinkana Katonda nga Ye mutukuvu, tulina okweggyako buli kibi kyonna ekiwunya, ebiringa olugoye luli oluddugala olw'omusajja asabiriza. Bw'oba nga ddala oyagala okufuna okuddibwamu, olina okuwuliriza eddoboozi ly'Omwoyo Omutukuvu kasita Omwoyo Omutukuvu akujjukiza ebibi byo bye wakola mu kiseera ekyayita. Era olina okwenenya buli kibi kimu ku kimu. Olina okugondera amangu ddala ekyo Omwoyo Omutukuvu kyakugamba nga omuzibe Battimaayo bwe yakola.

Katonda awulira okwatula okw'okukkiriza

Yesu yamala n'addamu omusajja ono omuzibe asaba n'obukakafu obujjuvu obw'okukkiriza. Yesu yamubuuza, "Oyagala nkukolere ki?" Olowooza Yesu yali tamanyi omusajja ono kyayagala? Yali akimanyi bulungi, Ensonga lwaki yabuuza lwakuba walina okubeerawo okwatula okw'okukkiriza. Mateeka ga Katonda nti tulina okwatula okukkiriza kwaffe n'emimwa gyaffe okusobola okufunira ddala ekyo kye nnyini kye twagala.

Yesu yabuuza omusajja omuzibe "Oyagala nkukolere ki?" kubanga yali atuukiriza ebisaanyizo ebimufunyisa eky'okuddamu.

Kwe kuddamu nti, "Mukama wange, Njagala Okuzibula!" Era n'akiweebwa nga bwe yakisaba.Mu ngeri y'emu, kasita tutuukiriza ebisaanyizo okusinziira ku mateeka ga Katonda, tusobola okufuna ekintu kyonna kye tusaba.

Omanyi olugero olw'ettaala ey'ebyewuunyo eya Aladdin? Watya nga nga ddala bw'ogikoonako emirundi essatu, waliwo naggwano ajja okuva mu ttaala n'akuwa ebintu bisatu by'oyagala mu bulamu bwo. Wadde luno lugero abantu lwe baayiiya, tulina ekisumuluzo eky'ebyewuunyo era eky'amaanyi eri eby'okuddamu byaffe. Mu Yokaana 15:7 Yesu agamba, "Bwe mubeera mu Nze, n'ebigambo Byange bwe bibeera mu mmwe, musabenga kye mwagala kyonna, munaakikolerwanga."

Okkiririza mu maanyi ga Katonda Kitaffe Ayinza byonna oyo asinga amaanyi? Olwo nno, olina kubeera mu Mukama era oganye Ekigambo Kye kibeera mu ggwe. Nsuubira nti ojja kubeera omu ne Mukama okuyita mu kukkiriza n'obugonvu, osobole okwatula n'obuvumu ebyataago byo byonna era oddibwemu n'eddoboozi ery'olubereberye nga liyitiddwa.

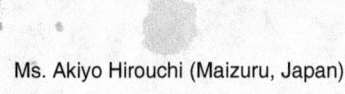
Ms. Akiyo Hirouchi (Maizuru, Japan)

Ebisenge by'omutima gwa muzukula wange ebyali tebyaziba byawonyezebwa!

Ku ntandikwa ya 2005, twafuna abalongo mu maka gaffe nga bombi bawala. Kyokka oluvannyuma lw'emyezi esatu Nakato n'atandika okufuna obuzibu mu kussa. Ne bamusanga n'ekituli ku mutima. Nga tasobola kuwanirira mutwe gwe wadde okuyonka. Ng'amata gayisibwa mu kaseke okuyita mu nnyindo.

Embeera yali mbi era omusawo w'abaana ow'eddwaliro lya Kyoto University hospital n'atindigga olugendo okujja mu ddwaliro eriyitibwa Maizuru citizen's hospital. Omubiri gw'omwana gwali munafu nnyo okubeera ng'atwalibwa mu ddwaliro erisingako obukugu kubanga lyaliko akabanga. Bwatyo n'afunira awo mu ddwaliro ery'omukitundu obujanjabi.

Omusumba Keontae Kim owe Osaka & Maizuru Manmin church yamusabira n'akatambaala akaasabirwa Rev. Jaerock Lee. Era n'asindika n'ekifaananyi kye mu kkanisa ya Manmin enkulu eye Seoul ayongere okusabirwa.

Nnali mu mbeera nga tensobozesa kubeera mu kusaba kwa yintaneeti, bwe tutyo ne tukwata ku katambi okusaba kw'ekiro kyonna okw'omu kkanisa enkulu eya Manmin Central Church mu mwezi gw'omukaaga ng'ennaku z'omwezi 10, 2005, bwe tutyo amaka gonna ne tusabira wamu kukatambi ako okuva eri Rev. Lee.

"Kitaffe Katonda, muwonye awatali kukugirwa bbanga wadde obudde. Tteeka emikono gyo ku Miki Yuna, muzukulu wa Hirouchi Akiyo e Japan. Ebisenge by'omutima ebitaggala, tukigoba! K'oyokyebwe n'omuliro ogw'Omwoyo Omutukuvu era abeera mulamu!"

Olunnaku olwaddako, ng'ennaku z'omwezi 11, ogw'omukaaga, ne wabaawo ekintu ekyewuunyisa ekyabaawo. Omwana eyali tasobola kussa ku bubwe, yatereera era n'ekyuma ekyali kimuyambako okussa ne kimugibwako.

"Kyewuunyisa nti omwana ateredde mangu bwati!" Omusawo ne yeewuunya.

Okuva kw'olwo, omwana n'atandika okukula obulungi. Yalina kiro 2.4 zokk naye mu myezi 2 gyokka okuva lwe yamala okusabirwa, yaweza kiro 5! N'atandika okukaaba n'amaanyi. Bwe nneerabira ku ky'amagero kino n'amaaso gange, Nnenewandiisa mu kkanisa enkulu eya Manmin Central Church mu gw'omunaana 2005. N'akitegeera nti Yaganya okuwonyezebwa okw'obwakatonda okutuukawo ng'akimanyi nti njakukkiriza okuyita mu kyamagero kino.

Okuyita mu kisa kino, n'enfuba nga bwe nsobola okutandika ettabi ly'ekkanisa ya Manmin mu Maizuru. Era nga wakayita emyaka essatu bukya etandikibwa, Nze ne ba memba b'ekkanisa ne tweyama eri Katonda okugula ekizimbe ekirungi mwe tubeera tukung'anira ng'ekkanisa.

Olwaleero nkola emirimu mingi egy'obwannakyewa ku lw'obwakabaka. Nneebaza, si olw'ekisa eky'okuwonyezebwa kwa muzukulu wange kyokka, wabula n'olwekisa kya Katonda eky'ang'anye okudda eri ekkubo ery'obulamu obw'amazima.

-Bisimbuddwa mu Kitabo Ebintu ebitalabikalabika –

"Nga bw'okkirizza kibeere gyoli bwe kityo"

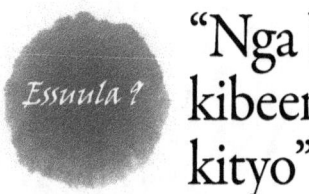
Essuula 7

> Eddoboozi ery'olubereberye eriva mu kamwe ka Yesu libuna mu nsi yonna era n'erituuka ku nkomerero z'ensi, bwe lityo ne liraga amaanyi Ge, agatakuggirwa budde wadde ebbanga.

Ebitonde byonna bigondera eddoboozi ery'olubereberye

Abantu ne babeera nga tebakyasobola kuwulira eddoboozi ery'olubereberye

Ensonga lwaki tebafuna kuddibwamu

Omukulu w'ekitongole Omuruumi yalina omutima omulungi

Omukulu w'ekitongole yeerabira ku ky'amagero ekitakugirwa bbanga wadde ebiseera

Emirimu Egy'amaanyi egitakugirwa bbanga wadde ekiseera

*"Yesu n'agamba omwami w'ekitongole Omuruumi nti,
'Kale gende; nga bw'okkirizza kibeere gyoli bwe kityo.
'Omulenzi n'awonera mu kiseera ekyo."*

Matayo 8:13

Bwe babeera mu nnaku oba mu mbeera enzibu nga kiringa nti tewali kiyinza kukolebwa kyonna, abantu abasinga bawulira nti Katonda abali wala nti oba abagyeeko amaaso. Abamu batandika n'okubuusabuusa nga bwe balowooza bwe bati, 'Ye Katonda amanyi nti nange gyendi?' oba nti 'Naye ddala Katonda awulira okusaba kwange bwe nsaba?' Kino kiri bwe kityo lwakuba tebalina kukkiriza kumala mu Katonda oyo Nnyini buyinza era nnyini Sayansi yenna ow'oku nsi.

Dawudi yali ayise mu mitawaana mingi mu bulamu kyokka n'asigala ng'ayatula nti, "Bwe nnaalinnya mu ggulu, nga Gy'oli; bwe nnaayala obuliri bwange mu magombe, laba, nga Gy'oli. Bwe nnaatoola ebiwaawaatiro eby'enkya, ne ntuula mu bifo eby'ennyanja ebiri ewala enyo ; newakubadde eyo omukono gwo gunannung'amya, n'omukono gwo ogwa ddyo gunankwata" (Zabuli 139:8-10).

Olw'okuba Katonda Yafuga ensi yonna n'ebintu byonna ebirimu awatali kukugirwa budde wadde ebbanga, ebbanga abantu lye bawulira eriri wakati waabwe ne Katonda terina werikwatira ku Katonda wadde nakatono.

Isaaya 57:19 wagamba, "'Nze ntonda ebibala eby'emimwa, Emirembe, emirembe eri oyo ali ewala n'eri oyo ali okumpi, bw'atyo bwayogera MUKAMA, 'nange ndimuwonya'" . Wano, 'Nze ntonda ebibala eby'emimwa' kitegeeza ekigambo ekyaweebwa okuva eri Katonda nti kijja kutuukirizibwa, nga bwe kyogera mu Kubala 23:19.

Isaaya 55:11 n'awo wagamba, "Bwe kityo bwe kinaabanga ekigambo Kyange ekiva mu kamwa Kange. Tekiridda gye ndi nga kyereere, naye kirikola ekyo kye njgala, era kiriraba omukisa mu ekyo kye nnakitumirira."

Ebitonde byonna bigondera eddoboozi ery'olubereberye

Katonda Omutonzi yatonda eggulu n'ensi n'eddoboozi Lye ery'olubereberye. Kale n'olwekyo, ebyo byonna ebyatondebwa eddoboozi ery'olubereberye bigondera eddoboozi ery'olubereberye ne bwe bibeera nga tebirina bulamu. Eky'okulabirako, olwaleero tulina obuuma obutegeera amaloboozi nga bukolera ku kika kya ddoboozi eryo. Mu ngeri y'emu, eddoboozi ery'olubereberye lyayingizibwa mu bintu byonna eby'omu nsi, bisobole okugonda singa eddoboozi ery'olubereberye liragidde.

Yesu, nga mu kikula kye Katonda Yennyini, naye yayita eddoboozi ery'olubereberye. Makko 4:39 wagamba, "N'azuukuka, n'aboggolera omuyaga, n'agamba ennyanja nti, 'Sirika, teeka.' Omuyaga ne gukkakkana, n'eba nteefu nnyo." Oba nga ennyanja wamu n'omuyaga ebitalina matu oba obulamu bisobola okugondera eddoboozi ery'olubereberye, Olwo, ate ffe abantu abalina n'amatu wamu n'okutegeera, tulina kukola ki? Ddala tulina okugonda. Naye, lwaki abantu tebagonda?

Nga tukozesa eky'okulabirako ky'akuuma ako akategeera amaloboozi, katugambe nti eriyo obuuma nga kikumi obw'ekikula ekyo. Nga nnyini ko yakatega okubeera nga katandika okukola bwe kawulira ekigamba, "Ye." Kyokka omuntu n'akyusa enkola y'obuuma 40. Bwo obuuma 40 n'abutega nga bulina okutandika okukola bwe buwulira ekigambo "Nedda." Kale obuuma buno 40 tebulikola, nnyini bwo ne bwalyogera ekigambo "Ye". Bwe kityo bwe kiri, okuva Adamu bwe yayonoona, abantu ne babeera nga tebakyasobola kuwulira eddoboozi ery'olubereberye.

Abantu ne babeera nga tebakyasobola kuwulira eddoboozi ery'olubereberye

Adamu yatondebwa ng'omwoyo omulamu, era ng'awulira n'okugondera Ekigambo kya Katonda kyokka, nga ge mazima. Katonda Kitaffe n'asomesa Adamu amagezi ag'omwoyo gokka, nga bye byali ebigambo eby'amazima, naye olw'okuba Katonda yawa Adamu eddembe ery'okwesalirawo, kyali eri Adamu okusalawo okugondera amazima oba nedda. Katonda yali tayagala mwana alinga kyuma ng'amugondera awatali kakwekkulizo konna obudde bwonna.

Yali ayagala abaana abagondera ekigambo Kye nga beeyagalidde era abamwagala n'Omutima ogw'amazima. Kyokka ekiseera ekiwanvu bwe kyayitawo, Adamu yakemebwa Setaani era n'ajeemera Ekigambo kya Katonda.

Abaruumi 6:16 wagamba, "Temumanyi nga gwe mwewa okuba abaddu b'okuwulira, muli baddu b'oyo gwe muwulira, oba ab'ekibi okuleeta okufa, oba ab'okuwulira okuleeta obutuukirivu?" Nga bwe ky'ogera, Ezzadde lya Adamu baafuuka abaddu b'ekibi era abaddu b'omulabe Setaani, olw'obujeemu bwe.

Kati baali balina kulowooza, okwogera, n'okukola nga Setaani bw'alagira, era nga ku kibi baalinanga kwongerako kibi era oluvannyuma bagwe mu ggeyeena. Wabula wadde guli gutyo, Yesu yajja eri ensi eno mu kigendererwa kya Katonda. N'afa ng'omutango okununula ab'onoonyi bonna, era n'azuukira.

Olw'ensonga eno, Abaruumi 8:2 wagamba, "Kubanga etteeka ery'Omwoyo gw'obulamu mu Kristo Yesu lyanfuula ow'eddembe okunziggya mu tteeka ly'ekibi n'ery'okufa." Nga bwe kyogera, abo abakkiririza mu Yesu Kristo mu mutima gwabwe era ne batambulira mu Musana tebakyali baddu ba kibi.

Kitegeeza nti baddizibwa buggya okubeera nga basobola okuwulira eddoboozi ery'olubereberye erya Katonda okuyita mu kukkiriza kwabwe mu Yesu Kristo. N'olwekyo, abo abaliwulira era ne baligondera basobola okufuna kyonna kye basaba.

Ensonga lwaki tebafuna kuddibwamu

Kati, abantu abamu bayinza okubuuza, "Nzikkiririza mu Yesu Kristo era n'asonyiyibwa ebibi byange, naye kati lwaki siwonyezebwa?" Nange nandyagadde okukubuuza ekibuuzo kino: Otuuse wa mu kugondera Ekigambo kya Katonda ekisangibwa mu Bayibuli?

Ng'eno bw'oyatula nti okkiririza mu Katonda, obbadde toyagala ensi, okunyaga abalala, oba okukola ebintu ebibi nga eb'ensi? Njagala kumanya oba buli sande obadde ogenda mu kkanisa, ng'owaayo ekimu eky'ekkumi mu butuufu bwakyo, n'okugondera amateeka ga Katonda gonna agatugamba okukolanga, obutakola, okukuumanga, oba okubaako bye tusuula.

Bw'oba ng'osobola okuddamu n'obuvumu nti ye, eri ebibuuzo ebyo waggulu olwo nno obeera ojja kuddibwamu eri ebyo byonna by'osaba. Wadde eky'okuddamu kiruddeyo, ojja kwebaza okuva ku ntobo y'omutima gwo era weesigame ku Katonda awatali kukyukakyuka. Bw'olaga okukkiriza kwo mu ngeri eno, Katonda tajja kusibamu mu kukuwa eky'okuddamu kyo. Ajja kuyita eddoboozi ery'olubereberye agambe nti, "nga bw'okkirizza kibeere gyoli bwe kityo," era nga ddala kijja kukolebwa okusinziira kukukkiriza kwo.

Omukulu w'ekitongole Omuruumi yalina omutima omulungi

Mu Matayo essuula 8, woogera ku ngeri omukulu w'ekitongole Omuruumi gye yafunamu eky'okuddamu okuyita mu kukkiriza. Bwe yajja eri Yesu, endwadde y'omuweereza we yawonyezebwa okuyita mu ddoboozi ery'olubereberye eryayitibwa Yesu.

Mu kiseera ekyo, Isiraeri yali wansi w'obufuzi bw'obwakabaka bwa Baruumi. Mu ggye ly'Abaruumi waaliwo abakula abaali bakulira abasirikale olukumi, abalala kikumi, ataano n'ekkumi. Ng'ekitiibwa kiweebwa okusinziira ku bungi bw'abasirikale baakulira. Omu kw'abo abasirikale abaali bakulira ekibinja ekyalimu abasirikale ekikumi mwe mwali omukulu w'ekitongole oyo eyali abeera e Kaperunawumu mu Isiraeri. Yawulira ku mawulire ga Yesu nti Yali asomesa okwagala, obulungi, n'okusaasira.

Yesu yasomesa mu Matayo 5:38-39 "Mwawulira bwe baagambibwa nti, 'Eriiso ligattwenga eriiso, n'erinnyo ligattwenga erinnyo.' naye Nange mbagamba nti, Temuziyizanga mubi; naye omuntu bw'akukubanga oluba olwa ddyo, omukyukizanga n'olwa kkono."

Era, yagamba mu Matayo 5:43-44, "Mwawulira bwe baagambibwa nti, 'Oyagalanga munno, okyawanga omulabe wo. Naye nange mbagamba nti, Mwagalenga abalabe bammwe, musabirenga ababayigganya." Abo abalungi mu mutima bajja kukwatibwako bwe banaawulira ebigambo ng'ebyo eby'obulungi.

Kyokka omukulu w'ekitongole era yawulira nti Yesu teyasomesanga bulungi bwokka kyokka yakolanga n'ebyewuunyo saako obubonero ebitasobola kukolebwa na busobozi bwa bantu. Amawulire gaali nti abagenge abaali batwalibwa nti bakolimire, baawonyezebwanga, abazibe nga balaba, bakasiru nga boogera so nga ne bakiggala bawulira. Era, ng'abalema batambula ne babuuka era n'okudduka. Era omukulu w'ekitongole ono n'akkiririza mu bigambo ebyo nga bwe byali.

Kyokka abantu ab'enjawulo nga beeyisa mu ngeri ya njawulo bwe bawulira amawulira ag'ekika kino ku Yesu. Bwe baalabanga emirimu gya Katonda, ng'abantu ab'ekika ekisooka tebabitegeera. Olw'ebyo bo bye bakkiririzangamu ebyagundiira mu bo, mu kifo ky'okukkiriza, nga babeera mu kukolokota n'okusala emisango.

Abafalisaayo n'abawandiisi, abaali balina ebigenderwa ebyabwe baali bagwa mu bantu ab'ekkowe lino. Mu Matayo 12:24 kyawandiikibwa nti baayogeranga ne ku Yesu nga bagamba, "Oyo tagoba dayimooni, wabula ku bwa Beeruzebuli omukulu wa dayimooni." Nga boogera ebigambo ebibi olw'obutamanya bwabwe mu mwoyo.

Abantu ab'ekika eky'okubiri bakkiririzanga mu Yesu ng'omu ku bannabbi abaali basinga obukulu era ne bamugoberera. Eky'okulabirako, Yesu yazuukiza omufu, abantu baagamba nti, "Obuti ne bubakwata bonna ne bagulumiza Katonda, nga bagamba nti, 'nnabbi omukulu ayimukidde mu ffe!' era, 'Katonda akyalidde abantu Be!'" (Lukka 7:16)

Kati eky'okusatu, waaliwo abantu abaakitegeera mu mitima gyabwe nti Yesu ye Mwana wa Katonda eyaja eri ensi eno okufuuka Omulokozi w'abantu bonna. Omusajja yali muzibe okuva mu buto bwe, kyokka amaaso ge gaazibulwa bwe yasisinkana Yesu. Yagamba nti, "Okuva edda n'edda tewawulirwanga nga waaliwo omuntu eyazibula amaaso g'omuntu eyazaalibwa nga muzibe wa maaso.

Omuntu ono singa teyava wa Katonda, teyandiyinzizza kukola kigambo" (Yokaana 9:32-33).
Yakitegeera nti Yesu yajja ng'Omulokozi. Yayatula nti, "Mukama nzikkirizza," era n'asinza Yesu, mu ng'eri y'emu, abo abaalina omutima omulungi ogwali gusobola okutegeera ekintu ekirungi nga basobola okukitegeera nti Yesu ye Mwana wa Katonda nga balaba bulabi Yesu bye yali akola.

Mu Yokaana 14:11 Yesu yagamba, "Munzikirize nga nze ndi mu Kitange, ne Kitange mu Nze, oba munzikirize olw'emirimu gyokka." Singa waliwo mu biseera bya Yesu, wandibadde mu bantu ba kika ki?

Omukulu w'ekitongile y'omu ku bantu abaali bagwa mu kkowe ery'okusatu. Yakiririza mu mawulire ga Yesu era nga bwe kyali n'agenda mu maaso Ge.

Omukulu w'ekitongole yeerabira ku ky'amagero ekitakugirwa bbanga wadde ebiseera

Nsonga ki eyafunyisa omukulu w'ekitongole eky'okuddamu kye yali ayagala, amangu ago bwe yawulira nga Yesu agamba nti, "nga bw'okkirizza kibeere gyoli bwe kityo"?

Tusobola okulaba nti omukulu w'ekitongole yeesiga Yesu mu mutima gwe. Yali agondera buli Yesu kye yali amugamba. Naye ekintu ekisingira ddala obukulu ku mukulu ono nti yajja eri Yesu n'okwagala okw'amazima okw'emyoyo.

Matayo 8:6 wagamba, "Mukama wange, omulenzi wange agalamidde mu nnyumba akoozimbye, abonaabona kitalo." Omukulu w'ekitongole kino yajja eri Yesu si lw'abazadde be, ab'eng'anda, oba abaana be bennyini, naye yajja ku lwa muweereza we. Yeetika obulumi bw'omuweereza we ng'obulumi obubwe era n'ajja eri Yesu, era lwaki nga ddala Yesu tasanyukira omutima gwe omulungi?

Okukozimba ndwadde nzibu nnyo etasobola kumala gawonyezebwa omuntu kabeera n'obujanjabi obufaanana butya. Omuntu tasobola kumala gatambuza mikono gye wadde amagulu nga bwayagala, kale abeera yeetaaga okuyambibwako. Olumu omuntu ayinza n'okwetaaga okunaazibwa, okuliisibwa, oba okumukyusa engoye.

Obulwadde obwo bwe bumala ku muntu ebbanga eddene, kizibu okusanga omuntu asobola okujanjaba omuntu ng'oyo n'omutima gumu mu kwagala n'okusaasira, ng'olugero lw'eki Korea bwe lugamba nti, "Teri mwana yeewaddeyo bwe kituuka ku ndwadde etagenda." Kizibu okusanga omuntu ayagala ow'oluganda lwe nga bwe yeeyagala.

Kyokka, olumu ab'omu maka bonna bwe bamusabira n'okwagala, tusobola okulaba abo abaali baweddeyo nga balindiridde kufa nga badda engulu oba nga bafuna eky'okuddamu eri ekizibu eky'amaanyi. Okusaba kwabwe n'ebikolwa eby'okwagala bikwata nnyo ku mutima gwa Katonda Kitaffe, Katonda bwatyo n'abalaga okwagala okussukuluma ku Mateeka.

Omukulu w'ekitongole yali yeesigira ddala Yesu ekyaviirako omulenzi we okuwona okukoozimba. Yasaba Yesu era n'afuna okuddibwamu.

Ensonga ey'okubiri lwaki omukulu w'ekitongole yasobola okufuna eky'okuddamu lwakuba yalaga okukkiriza okutuukiridde n'okubeera omwetegefu okugondera Yesu mu bujjuvu.

Yesu yalaba nti omukulu w'ekitongole yali ayagala nnyo omuddu we nga bwe yeeyagala kwe kumugamba nti, "Najja ne mmuwonya." Naye omukulu w'ekitongole kwe kwogera mu Mataayo 8:8 nti, "Mukama wange, sisaanira ggwe okuyingira wansi w'akasolya kange, naye yogera kigambo bugambo, omulenzi wange anaawona." Abantu abasinga, bandibadde basanyufu nnyo nga bawulidde nti Yesu agenda kujja mu maka gaabwe. Naye ye omukulu w'ekitongole, yayogera bwatyo nga buli omu awulira kubanga yalina okukkiriza okw'amazima.

Ekyo kyabeerawo lwakuba yalina endowooza ey'okubeera ng'agondera ekintu kyonna ekiva mu Yesu. Ekyo tusobola okukirabira mu bigambo bye mu Mataayo 8:9 bwe yagamba nti "Kubanga nange ndi muntu mutwalibwa, nga nnina baserikale bentwala, bwe ngamba oyo nti 'Genda,!' agenda: n'omulala nti, 'Jangu!' ajja, n'omuddu wange nti, 'Kola oti!' bwakola." Yesu bwe yawulira bino ne yeewuunya n'agamba abaayita Naye nti, "Ddala mbagamba nti, Sinnalaba kukkiriza Kunene nga kuno, newakubadde mu Isiraeri."

Mu ngeri y'emu, singa tukola ekyo Katonda kyatugamba okukola, ne tutakola ekyo kyatugaana kukola, ne tukuuma ekyo Katonda kyatugamba okukuuma, era ne tusuula eri Katonda byatugamba okusuula, osobola okubeera n'obuvumu mu kusaba ekintu kyonna kye weetaaga mu maaso ga Katonda. Kiri bwe kityo lwakuba 1 Yokaana 3:21-22 wagamba, "Abaagalwa, omutima bwe gutatusalira kutusinga tuba n'obugumu eri Katonda; era buli kye tusaba akituwa, kubanga tukwata ebiragiro Bye era tukola ebisiimibwa mu maaso Ge."

Omukulu w'ekitongole yalina okukkiriza okutuukiridde mu maanyi ga Yesu oyo ayinza okuwonya ng'akozesa ekigambo Kye. Wadde yali mukulu mu maggye g'Obwakabaka bw'Abaruumi, yeetowaaza era n'abeera nga mwetegefu okugondera Yesu mu bujjuvu. Olw'ensonga eno, yafuna okuddibwamu eri okuyaayaana kwe.

Mu Matayo 8:13, Yesu yagamba omukulu w'ekitongole, "Kale genda; nga bw'okkiriza, kibeere gy'oli bwe kityo" omulenzi n'awonerawo mu kiseera ekyo. Yesu bwe yayita eddoboozi ery'olubereberye, eky'okuddamu kyaweebwa amangu ago nga tekikugiddwa bbanga wadde ekiseera, nga omukulu w'ekitongole bwe yali akkiriza.

Emirimu egy'amaanyi egisukuluma ebbange n'ekiseera

Zabuli 19:4 wagamba, "...okuyigiriza kwabyo kubunye mu nsi zonna, n'ebigambo byabyo okutuuka ku nkomerero y'ensi ..." Nga bwe kyogera, eddoboozi ery'olubereberye eryava mu kamwa ka Yesu lyali lisobola okutuuka ku nkomerero z'ensi, era amaanyi ga Katonda ne galabisibwa nga tegakugiddwa bintu birabibwa.

Era eddoboozi ery'olubereberye bwe liragirwa, terikugirwa na kiseera. N'olwekyo, ne bwe wayitawo ebbanga, ekigambo kituukirizibwa kasita ebibya byaffe bibeera byetegefu okufuna eky'okuddamu ekyo.

Emirimu gya Katonda mingi egitakugirwa budde na bbanga gigenda mu maaso mu kkanisa muno olwaleero. Mu 1999, waaliwo sisita okuva e Pakistani nga yali muwala muto, eyajja gyendi n'ekifaananyi kya muganda we Cynthia. Mu kiseera ekyo, Cynthia yali akubiddwa ku ndiri endwadde ekendeeza ekyenda ekigazi wamu n'obulwadde mu lubuto.

Abasawo ne bagamba nti yali tasuubirwa kuwona nga ne bwe bamulongoosa. Mu mbeera eno, Mukulu wa Cynthia n'ajja gyendi n'ekifaananyi kya muganda we okubeera nga nsabira Cynthia okuyita mu kifaananyi kino. Kasita n'asabira Cynthia bwe nti, n'awonerawo.

Mu mwezi ogw'ekkumi 2003, waliwo mukyala w'omusumba mu kkanisa yaffe eyajja n'ekifaananyi kya muganda we nkisabire. Muganda we yalina obuzibu ng'ebirungo ebimu mu musaayi gwe bikendedde. Ng'atandise n'okufuluma omusaayi mu musulo gwe, mu bubi bwe, mu maaso, ennyindo, n'emimwa. Omusaayi ne gugenda ne mu mawugwe ge wamu n'ebyenda. Ng'alinze kimu kufa. Naye bwe n'asaba ng'antadde emikono gyange ku kifaananyi kye, ekirungo ekyali kibula mu musaayi ne kitereera, era n'awona mangu ddala.

Emirimu egy'ekika kino egitakugirwa budde wadde ebbanga gyatuukawo mingi mu kuluseedi y'e Russian eyali mu St. Petersburg mu mwezi ogw'ekkumi n'ogumu 2003. Kuluseedi eno yalagibwa ku mikitu 12 okuyita ku byuma ebisikira ewala era yatuuka mu magombolola 150 mu Russia, Bulaaya ne Asiya, North America, ne Latin America. Obwayita ku mikutu nga Ttivi bwatuuka mu nsi nga Buyindi, Philippines, Australia, Amerika, Honduras ne Peru. Era, waliwo n'ababufunira ku ntimbe gagadde ezaatekebwa mu bifo eby'enjawulo nga ziraga ekintu kye kimu, mu bibuga bya Russia bina ne mu Kiev, wamu ne Ukraine.

Oba abantu kuluseedi bagirabira ku lutimbe oba baagirabira

ku Ttivvi awaka, abo abaawuliriza obubaka era ne bakkiriza essaala eyabasabirwa n'okukkiriza baafuna okuwonyezebwa mu kiseera kye kimu era ne batusindikira obubaka bw'obujulizi. Wadde tebaali mu kifo kye kimu ekirabibwa, eddoboozi ery'olubereberye bwe lyayogerwa, eddoboozi lyabakolako n'abo kubanga baali wamu bonna mu kifo eky'omwoyo.

Bw'oba ng'olina okukkiriza okw'amazima n'obwetegefu okuwulira Ekigambo kya Katonda, n'olaga ebikolwa byo eby'okwagala ng'omukulu w'ekitongole, era n'okkiririza mu maayi ga Katonda oyo akola nga takugiddwa kiseera oba bbanga, osobola okutambulira mu bulamu obw'omukisa, ng'ofuna eby'okuddamu eri buli ky'osaba.

Mu kusaba okwakulungula wiiki ebbiri okw'okudda obuggya, nga kuno kwabaayo okumala emyaka 12 okuva mu 1993 okutuuka 2004, abantu baawonyezebwa buli kika kya ndwadde era ne bafuna eky'okuddamu eri ebizibu eby'enjawulo mu bulamu. Abalala baalung'amizibwa eri ekkubo ery'obulokozi. Kyokka, Katonda yatuganya okukomya enkung'ana zino oluvannyuma lwa 2004. Kyaliwo olw'okubeera nga tusobola okugenda mu maaso era nga tweyongerayo mu ngeri ey'amaanyi.

Katonda yang'anya okubeera nga mbeerako bye nsoma mu mwoyo era n'atandika okunyinyonyola ensi ey'omwoyo eri ku mutendera omulala. Mu kusooka saasooka kutegeera kigendererwa. Nga n'ebigambo ebikozesebwa nabyo biggya. Naye n'agonda bugonzi n'entandika okubisoma nga nzikiriza nti olumu ndibitegeera.

Emyaka kati wayise 30, n'afuna amaanyi ga Katonda mangi okuyita mu kusaba n'okusiiba bye n'awaayo bwe n'afuuka omusumba. Nnalina okugumira obudde obw'ebbugumu eringi n'obudde obunyogoga ennyo mu nnaku 10, 21, 40 ez'okusiiba n'okusaba eri Katonda.

Naye okusomesebwa kwe n'afuna okuva eri Katonda nga tosobola kugeraageranya mu bulumi bwe n'ayitamu n'okufuba okwo waggulu. Kubanga ku luno n'alina okufuba okutegeera ebintu bye siwulirangako, era n'alina okusaba nga Yakobo ng'ali ku mugga Yaboki okusobola okubitegeera.

Era, nnalina n'okubonaabona n'ebintu eby'enjawulo ebyali bigenda mu maaso mu mubiri gwange. Nga abo abagenda ku mwezi bwe batendekebwa obulungi ennyo basobole okuyiga okubeera mu bbanga, waaliwo ebintu eby'enjawulo ebyali bituukawo mu bulamu bwange okutuuka lwe nnatuuka ku mutendera Katonda we yali ayagala ntuuke.

Naye nga buli kimu nkiyitamu n'obuwanguzi olw'okwagala kwange n'okukkiriza bye nalina eri Katonda, era ekyavaamu n'enfuna amagezi ag'omwoyo ku nsibuko ya Katonda Kitaffe, wamu ne tteeka ery'okwagala n'obwenkanya, n'ebirala bingi.

Okwongereza kw'ekyo, gye nnakoma okusembera okumpi n'omutendera Katonda gwe yali ayagala ntuukeko, emirimu egy'amaanyi gye gyakoma okukolebwa buli ntakera. Emisinde ba memba b'ekkanisa kwe baafuniranga eby'okuddamu ne gyeyongera, wamu n'emisande abantu kwe baawoneranga. Nga buli lukya obujulizi bweyongera kweyongera.

Katonda ayagala okutuukiriza ekigendererwa Kye ku nkomerero y'ebiro n'amaanyi agakyasingirayo ddala omuntu gatasobola kufumiitiriza. Olwensonga eno Yagaba amaanyi gano, Yeekaala Amakula esobole okuzimbibwa okuba eryato ery'obulokozi ng'ejja kuweesa Katonda ekitiibwa, era enjiri ejja kuddizibwayo mu Isiraeri.

Kizibu ddala okubuulira enjiri mu Isiraeri. Tebakkirizaayo nkung'aana z'Abakristaayo. Era nga kino kiyinza kukolebwa awali amaanyi ga Katonda nga mangi agasobola n'okunyeenye ensi, era nga bwe buvunaanyizibwa obwakwasibwa ekkanisa yaffe okubuulira enjiri mu Isiraeri.

Nsuubira nti mujja kutegeera nti ekiseera kisembedde Katonda okubeera nga amaliriza enteekateeka Ze zonna ze yalina ku lw'omulembe guno ogw'enkomerero, kale ggezaako nga bw'osobola okwewunda ng'omugole wa Mukama, era buli kimu ofube okulaba nti kikugendera bulungi, nga ne mmeeme yo bw'ebeera obulungi.

Eby'okulabirako bya Bayibuli - 3

Amaanyi ga Katonda agali mu Ggulu ery'okuna

Eggulu ery'okuna lye bbanga erya Katonda eyasookawo Yekka. Kye kifo kya Katonda obusatu, era eyo buli kimu kisoboka. Ebintu bitondebwa awatali mwe biva. Katonda bwabaako kyatadde mu mutima Gwe kikolebwa. Ne bintu ebikaluba bisobola okufuuka ebiyiika oba ng'omukka.

Ekifo ekirina engeri ez'ekika ekyo kiyitibwa 'ebbanga ery'oku mutendera ogwokuna'.

Emirimu egituukawo mu bbanga lino ery'omwoyo ery'okumutendera ogw'okuna mwe muli emirimu egy'obutonzi, okufuga obulamu n'okufa, okuwonyezebwa, n'emirimu emirala egisukuluma ebbanga n'ebiseera. Amaanyi ga Katonda oyo nnyini ggulu ery'okuna giragibwa ne leero nga bwe gyalagibwa jjo.

1. Emirimu gy'Obutonzi

Omulimu ogw'obutonzi kwe kutonda ekintu omulundi ogusookedde ddala ekitabeerangawo. Gwali mulimu gwa butonzi Katonda bwe yatonda eggulu n'ensi n'ebintu byonna ebirimu olubereberye n'Ekigambo Kye. Katonda asobola okulaga emirimu gy'obutonzi kubanga ye nnyini ggulu ery'okuna.

Emirimu gy'obutonzi egyalagibwa Yesu

Okukyusa amazzi ne gafuuka enviinyo, mu Yokaana essuula 2, mulimu gwa butonzi. Yesu yayitibwa ku mbaga y'obugole e Kaana, enviinyo n'ebaggwako.
Malyamu n'abasaasira olw'embeera eno era n'asaba Yesu abayambe.
Yesu yasooka kugaana, naye Malyamu yasigala alina okukkiriza.
Yamanya nti Yesu yali ajja kuyamba kategeka mbaga.
Yesu yalowooza ku kukkiriza kwa Malyamu okwali kutuukiridde n'agamba abaweereza okujjuza amasuwa amazzi era bafukeko bagatwale eri kalabalaba w'omukolo. Teyasaba wadde okulagira nti amazzi gafuuke enviinyo. Kyali bubeezi mu mutima Gwe, era amazzi mu bisuwa omukaaga ne gafuukamu ennviinyo ennungi ennyo.

Emirimu gy'obutonzi okuyita mu Eliya

Namwandu ow'e Zalefaasi mu 1 Bassekabaka essuula 17 yali mu mbeera enzibu ennyo. Olw'enjala eyali yaggwa okumala ebbanga ddene era n'aggwebwako emmere era n'asigaza akabatu k'obutta n'otufuta.

Naye Eliya n'amugamba amufumbire akamere mu butta obwo, ng'agamba nti, "kubanga bw'atyo bw'ayogera MUKAMA Katonda wa Isiraeri nti, 'Eppipa ey'obutta terikendeera so n'akasumbi k'amafuta tekaliggwaawo, okutuusa ku lunaku MUKAMA lw'alitonnyesa enkuba ku nsi'" (1 Bassekabaka 17:14). Namwandu yagondera Eriya nga teyeewolerezza mu ngeri yonna.

Era ekyavaamu, ye ne Eriya n'ab'omu maka ge bonna baalya okumala ennaku nnyingi, kyokka ppipa y'obutta n'akasumbi k'amafuta tebyakalira (1 Bassekabaka 17:15-16). Wano, olubatu lw'obutta n'akasumbi k'amafuta obutakalira kyali kiraga nti waaliwo omulimu gw'obutonzi ogwatuukawo.

Emirimu gy'obutonzi okuyita mu Musa

Mu Kuva 15:22-23, tulaba ng'abaana ba Isiraeri bamaze okusala Ennyanja emyufu ne batuuka mu ddungu. Ennaku ssatu zaayitawo, naye ne batasobola kufuna mazzi gonna. Ne basanga amazzi mu kifo ekiyitibwa Mara, naye gaali gakaawa nga teganyweka. Ne batandika okwemulugunya mu ddoboozi erya waggulu.

Awo, Musa n'asaba Katonda, era Katonda n'amulaga omuggo. Musa bwe yagukuba ku mazzi, amazzi ne gabeera malungi agasobola okunyweka. Tekyali bwe kityo lwakuba omuggo gwalimu ebirungo ebisobola okukyusa amazzi agakaawa ne gawooma. Wabula kyali bwe kityo kubanga Katonda Ye yali alaga omulimu ogw'obutonzi okuyita mu kukkiriza kwa Musa n'obugonvu bwe.

Oluzzi lw'amazzi Amawoomu olwe Muan

Ab'ekkanisa ya Manmin ey'e Muan beerabira ku mirimu egy'obutonzi

Katonda akyatulaga emirimu egy'obutonzi n'olwaleero. Amazzi ge Muan gye gimu kw'egyo. Mu mwezi ogw'okusatu nga ennaku z'mwezi 4 omwaka 2000, n'asaba okusinziira e Seoul nti amazzi ge Kkanisa ya Manmin ey'e Muan gakyuke gafuuke amazzi amalungi okunywa, era ba memba b'ekkanisa ne bakakasa nti okusaba kuno kwaddibwamu olunaku olwaddako, nga 5 omwezi ogw'okusatu.

Ekkanisa ya Manmin ey'e Muan yeetoolooddwa oguyanja ogw'omunnyo, era amazzi agajja mu nzizi zaabwe gava ku guyanja ogwo. Baalina okusika amazzi agasobola okunywebwa okuyita mu mudumu oguwezaako kiromita nga 3. Kyali si kyangu gye bali.

Ba memba ab'e kkanisa ya Manmin ey'e Muan ne bajjukira ebyaliwo e Mara mu kitabo ky'Okuva, era ne bansaba mbasabire n'okukkiriza nti amazzi ag'omunnyo gafuuke aganywebwa. Bwe nnali mu kusaba okw'ennaku 10 okw'oku lusozi okuva mu mwezi ogw'okubiri nga 21, nnasabira Ekkanisa y'e Muan. Ba memba b'e Kkanisa ya Manmin e Muan n'abo ne basiiba era ne basabira ekintu kye kimu.

Mu kusaba kwange okw'okulusozi n'abeeranga mu kusaba n'okusoma Ekigambo kya Katonda. Okunyiikira kwange n'okukkiriza kw'aba memba b'ekkanisa ya Manmin ey'e Muan byasisinkana obwenkanya bwa Katonda, kale omulimu omulungi bwe gutyo ogw'obutonzi ne gulabisibwa.

N'amaaso ag'omwoyo, omuntu asobola okulaba ekimyanso ekiva ku namulondo ya Katonda ekikka okutuukira ddala omudumu gw'oluzzi we gukoma, Kale amazzi ag'omunnyo bwe gayita ku kimyanso ekyo gafuuka amazzi agawooma okunywa.

Naye amazzi gano ag'e Muan si mawoomu kyokka. Abantu bwe baganywa oba okuganaaba n'okukkiriza, bafuna okuwonyezebwa okw'obwakatonda n'okufuna okuddibwamu eri ebizibu byabwe okusinziira kukukkiriza kwabwe. Waliyo obujulizi obutabalika obw'emirimu ng'egyo okuyita mu mazzi g'e Muan amawoomu, era abantu bangi okwetooloola ensi yonna bajja ne bakyalira oluzzi luno olw'e Muan olw'oku kkanisa ya Manmin.

Amazzi ge Muan aganywebwa gaakeberebwa ekitongole ekirondoola eby'emmere ne ddagala ekya Amerika ne gakakasibwa okubeera nti tegalina bulabe bwonna nti era malungi, geekebejjebwa mu ngeri ttaano: okulaba oba ebirungo byago si bya butwa eri abaganywa, nti temuli kiyinza kuleetera lususu kwonooneka, nga bino byonna byagezesebwa ku mmese. Era alipoota yalaga nti galimu ebirungo eby'omugaso bingi era nga ebimu ku birungo bino bikubisaamu emirundi esatu ebyo ebisangibwa mu mazzi agamannyiddwa okuba amalungi ennyo ag'e nsi ya France ne Germany.

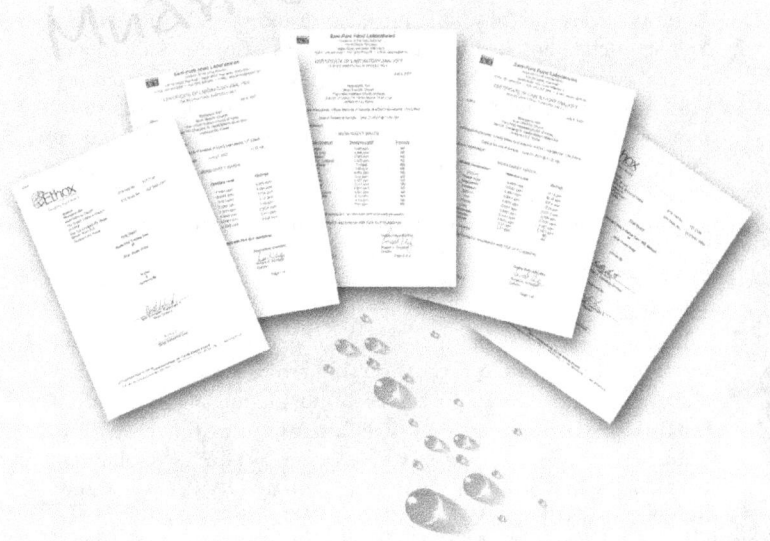

(FDA) Ebyava mu kitongole ekyekebejja emmere n'eddagala

2. Okufuga Obulamu

Mu bbanga ery'oku mutendera ogw'okuna, eririna engeri z'eggulu ery'okuna, ekintu ekifudde kisobola okuweebwa obulamu, oba ekintu ekiramu kisobola okuttibwa. Kino kituukira ku kintu kyonna ekirina obulamu, omuli ebirime n'ebisolo.
Ekyo kye kyaliwo omuggo gwa Alooni bwe gwamera. Gwali gubikkiddwa ebbanga ery'omutendera ogw'okuna. Kale, mu lunaku lumu omuggo ogwali gwakala edda gwamera, ne guzaala ebimuli, n'ebibala eby'engedde. Mu Matayo 21:19, Yesu yagamba omuti omutiini ogutaasangibwako bibala nti, "tobalanga bibala emirembe n'emirembe." Era ne gukalirawo. Kino era nakyo kyakolebwa ebbanga ery'okumutendera ogw'okuna bwe lyagubikka.
Mu Yokaana 11, tusoma ku Yesu ng'azuukiza Laazaalo eyali amaze mu ntaana ennaku nnya era ng'atandise n'okuwunya. Bwe kituuka ku Laazaalo, omwoyo gwe gwokka si gwe gwalina okudda, wabula n'omubiri gwe ogwali gutandise okuvunda gwalina nagwo okudda, kyokka omubiri gwe ogwali guvundidde ddala gwalina okuzzibwa obuggya. Mu buntu kyali tekisoboka, naye omubiri gwe gwasobola okuterezebwa mu bbanga ery'omutendera ogw'okuna.

Mu kkanisa ya Manmin Enkulu, waliwo bulaaza eyali ayitibwa Keonwi Park eyali takyalaba mu liiso erimu, kyokka ne lizibuka. Yalongoosebwa enseke bwe yali alina emyaka esatu gyokka. Embeera ne yeeyongera okusajjuka amaaso ne galwalira ddala. Nga tasobola kulaba bulungi. Era, n'obusuwa obwali buleeta omukka okuva mu mawuggwe ne bukosebwa, amaaso ne gagwamu. Ekyavaamu mu mwaka gwa 2006 n'abeera nga eriiso lye ery'Omukono ogwa kkono terikyalabira ddala.
Naye mu mwezi gw'omusanvu 2007, eriiso lye lyazibuka okuyita mu kusaba kwange. Nga ne bw'omukubamu ekitangaala ng'eriiso lye erya kkono teriraba, naye kati lyali liraba. Amaaso agaali gaguddemu ne gatereera.
Okulaba kwe kwali bubi nnyo, kyokka n'atereerera ddala. Obujjulizi bwe bwayanjulibwa n'obukakafu bwonna obw'ebbaluwa z'abasawo abakugu. N'amabaluwa g'eddwaliro mu Lukung'ana lw'Abasawo Abakristaayo olw'omulundi ogw'okutaano olwali e Norway. Olukungaana olwo lwakung'aniramu abasawo abakugu 220 okuva mu nsi 41. Okuwonyezebwa kuno kwanokolwayo ng'okwekyewuunyo okusinga okwo okulala kwonna okwayanjulibwa kw'olwo.

Ekintu kye kimu kisobola okutuukawo ku kinywa kyonna oba obusimu. Obusimu oba ekinywa ne bwe bibeera bifu, bisobola

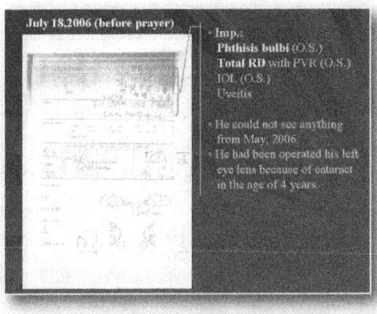

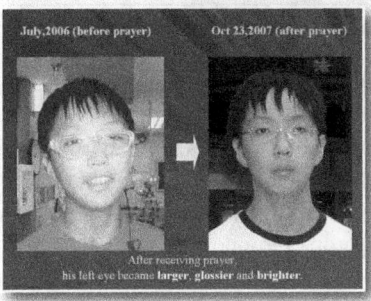

Engeri Keonwi Park gye yawonamu yayanjulibwa mu lukung'ana olw'omulundi ogw'okutaano Olw'abasawo abakugu

okutereezebwa singa ebbanga ery'omutendera ogw'okuna libibikka. Obulemu obulabibwa nabwo busobola okutereezebwa mu bbanga ery'omutendera ogw'okuna. Endwadde endala ezireetebwa obuwuka gamba nga Siriimu, akawuka ka TB, ssenyiga oba omusujja bisobola okuwonyezebwa mu bbanga ery'okumutendera ogw'okuna.

Mu mbeera ng'ezo, omuliro ogw'Omwoyo Omutukuvu gukka ne gwokya obuwuka obwo bwonna. Era ebinywa ebibeera bikoseddwa bitereera mu bbanga ery'omutendera ogw'okuna ogw'eggulu, era ne wabaawo okuwonyezebwa mu bujjuvu. Ne bwe kibeera kizibu kyabutazaala, ekitundu ekibeerako obuzibu bwe kitereezebwa mu bbanga ery'omutendera ogw'okuna, omuntu asobola okufuna omwana. Ffe okusobola okuwonyezebwa endwadde oba obunafu bwonna ku lw'amaanyi ga Katonda mu bbanga ery'oku mutendera ogw'okuna, Tulina okutuukiriza ebisaanyizo eby'obwenkanya bwa Katonda.

3. Emirimu Egisukuluma Ebbange n'Ekiseera

Emirimu egy'amaanyi egikolebwa mu bbanga ery'oku mutendera ogw'okuna giragibwa nga tegikugiddwa bbanga na kiseera. Kiri bwe kityo lwakuba ebbanga ery'omutendera ogw'okuna lissukuluma ku mabanga gonna amalala agali ku mitendera emirala. Zabuli 19:4 wagamba "...okuyigiriza kwabyo kubunye mu nsi zonna, n'ebigambo byabyo okutuuka ku nkomerero y'ensi..." Kitegeeza nti ekigambo kya Katonda ekitudde ku mutendera ogw'okuna ogw'eggulu kijja kutuuka enkomerero y'ensi.

N'ebifo eby'enjawulo ebiringa eby'essudde ebbanga ddene wakati waabyo wano mu ggulu erisooka, ery'ensi eno erabibwa, bibeera nga ebiri awamu bwe kituuka ku nsonga eno ey'ebbanga ku mutendera ogw'okuna. Enjuba yeetooloola ensi emirundi musanvu n'ekitundu mu katikitiki. Naye ekitangaala ky'amaanyi ga Katonda kisobola okutuuka mu bwengula ne mu buli kasonda mu kaddakiika. N'olwekyo, ebbanga eribeerawo mu nsi eno gye tulaba terikola makulu oba terisobola kukugira bbanga ery'oku mutendera ogw'okuna.

Mu Matayo essuula 8, omukulu w'ekitongole yeegayirira Yesu okuwonya omuweereza we. Yesu n'agamba nti ajja kugenda mu nnyumba ye, omukulu w'ekitongole n'agamba nti, "Mukama wange, sisaanira ggwe okuyingira wansi w'akasolya kange, naye yogera kigambo bugambo, omulenzi wange anaawona." Bwatyo Yesu kwe kwogera nti, "Kale genda; nga bw'okkirizza, kibeere gy'oli bwe kityo." Omulenzi n'awonera mu kiseera ekyo.

Naye olw'okuba Yesu alina obuyinza ku bbanga ery'okumutendera ogw'okuna ogw'eggulu, omuntu eyali omulwadde nga wadde yabali wala yawonyezebwa n'ekiragiro kya Yesu. Omukulu w'ekitongole yafuna omukisa ogw'enkanidde awo kubanga yalaga okukkiriza okutuukiridde mu Yesu era ne Yesu n'atendereza okukkiriza kw'omukulu w'ekitongole ng'agamba nti, "ddala mbagamba nti, Sinnalaba kukkiriza Kunene nga kuno, newakubadde mu Isiraeri."

N'olwaleero, eri abaana abo abali obumu ne Katonda okuyita mu kukkiriza okutuukiridde, Katonda alaga emirimu egy'amaanyi egisukuluma ebbanga n'ekiseera.

Cynthia mu Pakistan yali afa n'obulwadde bw'omu lubuto. Lysanias mu Isiraeri yali afa n'akawuka akabi ennyo. Naye baawonyezebwa okuyita mu maanyi g'okusaba agatakugirwa bbanga wadde ebiseera. Robert Johnson ow'e Amerika naye yafuna okuwonyezebwa okuyita mu maanyi g'okusaba agasukuluma ebbanga n'ebiseera. Ebinywa bye eby'okugulu byereega n'abeera mu bulumi nga bungi nnyo nga tasobola na kutambula. Awatali ddagala lyamuweebwa lyonna okugulu kwawonera ddala n'amaanyi ag'okusaba gokka agatakugirwa bbanga n'ekiseera. Gino gy'emirimu egy'amaanyi egiragibwa mu bbanga ery'okumutendera ogw'okuna.

Emirimu egitatera kulabikalabika egigenda mu maaso okuyita mu butambaala n'agyo mirimu egitakuggirwa bbanga wadde ekiseera. Ne bwe wayitawo ekiseera, kasita nnyini katambaala atambula obulungi mu maaso ga Katonda, amaanyi agakalimu gasigalawo. N'olwekyo, akatambaala ke basabiddeko ka muwendo mungi, kubanga kasobola okuggula ebbanga ery'omutendera ogw'okuna awantu wonna.

Kyokka omuntu bwakozesa akatambaala mu ngeri etali ya bwakatonda nga talina kukkiriza kwonna, tewajja kubeera mulimu gwonna ogwa Katonda. Si oyo yekka asaba n'akatambala wabula n'oyo ali mu kusabirwa bombi balina okubeera nga batambula ng'amateeka bwe gabeetaaza. Alina okukkiriza nti akatambaala kalimu amaanyi ga Katonda awatali kubuusabuusa.

Mu nsi ey'omwoyo, ebintu bitambulira ku mateeka, awatali kusobyamu wadde akatono. N'olwekyo, okukkiriza kw'omuntu ali mu kusaba n'okw'oyo gwe basabira kupimibwa olwo omulimu gwa Katonda ne gulyoka gulabisibwa singa batuuka ku kigera ekyetaagibwa.

4. Okweyambisa Ebbanga Ery'omwoyo

Yoswa 10:13 wagamba, "...Enjuba n'eyimirira, omwezi n'egulinda kyenkana olunaku lulamba." Kino kyatuukawo Yoswa bwe yali alwana n'Abamoli nga bagenda okuwamba ensi y'e Kanani. Ddala obudde bw'esiba butya okumala olunaku lulamba wano mu ggulu erisooka? Olunaku lubalibwa ensi bwe yeetooloola ku mpagi yaayo yonna. N'olwekyo, obudde okubeera nga tebutambula, Okwetooloola kw'ensi kitegeeza kulina nakwo okuyimirira. Kyokka okwetooloola kw'ensi ne kumala kuyimirira, wayinza okubeerawo akatyabaga mu nsi mwe nnyini, ne mu bintu ebirala eby'omubbanga. Naye, olwo olunaku lulamba lwasobola lutya okuyimirira? Kyasoboka kubanga si nsi yokka, wabula na buli kintu kyonna mu ggulu erisooka kyali kitambulira ku ntambula y'obudde ey'omu nsi ey'omwoyo. Entambula y'obudde mu ggulu ery'okubiri eyanguwa okusingako mu ggulu erisooka, era entabula y'obudde mu ggulu ery'okusatu eyanguwa okusinga ey'eggulu ery'okubiri. Naye entambula y'obudde mu ggulu ery'okuna esobola okugenda empola oba amangu okusina ku bika by'eggulu ebirala. Kwe kugamba, entambula y'obudde mu ggulu ery'okuna esobola okukyuka okusinziira ku kigendererwa kya Katonda, Nga bwakiwulidde mu mutima Gwe. Asobola okwongezaayo, oba okukendeeza, oba okuyimiriza entambula y'obudde.

Bwe kyatuuka ku Yoswa, eggulu erisooka lyonna lyabikkibwa n'ebbanga ery'eggulu ery'okuna, era obudde ne bwongerwayo nga bwe kyali kyetaagibwa. Era mu Bayibuli, tusobola okulaba omulundi omulala ng'omuntu yeetaaga ekiseera nga kisembezeddwa. Kyaliwo Eriya bwe yadduka ennyo okusinga amagaali ga kabaka mu 1 Bassekabaka essuula 18.
Obudde obukendeezeddwa bukontana n'obwo obw'ongezeddwayo. Eriya yali addukira ku misinde gye, naye olw'okuba obudde bwe bwali busembezeddwa yasobola okudduka okusinga amagaali ga kabaka. Emirimu gy'obutonzi, okuzuukiza abafu, n'emirimu egitakugirwa bbanga na biseera bikolebwa ku budde obuyimiriziddwa. Yensonga lwaki mu nsi eno erabibwa omulimu gukolebwa amangu ddala kasita kiragirwa oba kasita kiteekebwa mu mutima.

Katutunuulire ekyalinga Firipo okubuuka mu bbanga, Mu Bikolwa essuula 8. Yalung'amizibwa Omwoyo Omutukuvu okusisinkana Omuwesiyopya omulaawe ku luguudo oluva e Yerusaalemi okugenda e Gaaza. Firipo yabuulira enjiri ya Yesu Kristo era n'amubatiza n'amazzi. Ate amangu ago Firipo n'alabikira mu kibuga ekiyitibwa Azoto. Nga kiringa nti yasitulibwa n'ateekebwa mu kifo ekyo gye yalabibwa.

Kino okusobola okubaawo, omuntu alina okuyitira mu kkubo ery'omwoyo erisangibwa mu bbanga ery'omwoyo ery'oku mutendera ogw'okuna, nga lirina engeri z'eggulu ery'okuna. Mu kyawandiikibwa kino entambula y'obudde eyimirizibwa, yensonga lwaki omuntu asobola okubeera awantu awalala mu lutemya lumu.

Bwe tubeera nga tusobola okukozesa omukutu guno ogw'omwoyo, tusobola n'okufuga embeera y'obudde. Eky'okulabirako, katugambe waliwo ebitundu bibiri nga mu kimu eriyo mataba ate nga awalala bafa njala. Singa enkuba ey'okugwa mu kifo awali amataba esobola okusindikibwa mu kifo awali ekyeya, obeera ogonjodde ebizibu by'ebitundu byombi. N'omuyaga ogwo omubi gusobola okusindikibwa okuyita mu kkubo ery'omwoyo mu bifo etabeera bantu, ne gutaleeta mitawaana. Bwe tweyambisa ebbanga ery'omwoyo, tetukoma kufuga ogwo omuyaga omubi gwokka, wabula n'okubwatuka kw'ensozi wamu ne musisi. Tubeera tusobola okubikka okubwatuka kw'ensozi n'ensibuko ya musisi n'ebbanga ery'omwoyo.

Naye bino byonna bibeerawo singa kibeera kikolebwa okusinziira ku mateeka ga Katonda. Eky'okulabirako, okuyimiriza ebigwa bitalaze ebikosa eggwanga lyonna, kibeera kisaana abakulembeze b'eggwanga okulagira okusaba kwa wamu. Era, ebbanga ery'omwoyo ne bwe liteekebwawo, tetusobola kumenya amateeka ag'eggulu erisooka mu bujjuvu. Ebyo ebiva mu bbanga ery'omwoyo bijja kubeerako ekkomo nga kisinziira ku kubeera nti eggulu erisooka terijja kubonaabona singa ebbanga ery'omwoyo linaaba ligiddwawo. Katonda Yafuga ebika by'eggulu byonna n'amaanyi Ge, era nga ye Katonda ajjudde okwagala era omwenkanya.

(End)

Ebifa ku Muwandiisi:
Dr. Jaerock Lee

Dr. Jaerock Lee Yazaalibwa Muan, ekisangibwa mu ssaza lye Jeonnam, mu Nsi ye Korea, mu mwaka gwa 1943. Ng'ali mu myaka amakumi abiri, Dr. Lee yabonaabona n'endwadde nnyingi ez'olukonvuba okumala emyaka musanvu era ng'alinda bulinzi kufa awatali ssuubi lya kuwona. Wabula lumu mu biseera eby'omusana mu mwaka gwa 1974, yatwalibwa mwannyina mu kanisa era bwe yafukamira wansi okusaba, amangu ago Katonda Omulamu n'amuwonya endwadde ze zonna.

Okuva Dr. Lee bwe yasisinkana Katonda Omulamu okuyita mu ngeri ennungi bw'etyo, ayagadde Katonda n'omutima gwe gwonna era n'amazima, era mu mwaka gwa 1978 yayitibwa okuba omuweereza wa Katonda. Yasaba n'amaanyi ge gonna asobole okutegeera obulungi okwagala kwa Katonda, alyoke akutuukirize mu bujjuvu era agondere Ebigambo bya Katonda byonna. Mu 1982, yatandika ekanisa eyitibwa Manmin Central Church esangibwa mu kibuga Seoul, eky'omu nsi ye Korea, era eby'amagero bya Katonda ebitabalika, omuli okuwonya okw'ebyamagero bizze bibeerawo mu kanisa ye.

Mu 1986, Dr. Lee yatikkirwa ku mukolo Annual Assembly of Jesus ogwali mu Sungkyul Church of Korea, n'afuuka omusumba era oluvanyuma lw'emyaka ena mu mwaka gwa 1990, obubaka bwe bwatandika okuzanyibwa ku butambi mu nsi ya Australia, Russia, Philippines, n'ensi endala nnyingi ku mikutu nga Far East Broadcasting Company, Asia Broadcast Station, ne Washington Christian Radio System.

Nga wayise emyaka essatu mu 1993, Manmin Central Church yalondebwa okuba "emu ku kanisa 50 ezikulembedde mu nsi yonna" nga bino byafulumizibwa aba Christian World magazine (ng'efulumira mu Amerika) era n'afuna ekitiibwa ky'obwa Dokita mu By'eddiini okuva mu ttendekero eriyitibwa Christian Faith College, eky'omu kibuga Florida, ekisangibwa mu Amerika, era mu 1996 yaweebwa eky'obwa ssabakenkufu mu ttendekero lye Kingsway Theological Seminary, eky'omu kibuga Iowa, mu Amerika.

Okuva omwaka gwa 1993, Dr. Lee akulembeddemu okutambuza enjiri mu nsi yonna okuyita mu kuluseedi ennyingi z'akubye emitala w'amayanja nga kuluseedi eyali e Tanzania, Argentina, L.A., Baltimore City, Hawaii, ne New York City eky'omu Amerika, Uganda, Japan, Pakistan, Kenya, Philippines, Honduras, India, Russia, Germany, Peru, Democratic Republic of the Congo, Israel, ne Estonia. Mu 2002 empapula ez'amaanyi mu Korea z'amuyitanga "omusumba ow'ensi yonna" olw'emirimu gye mu nsi ez'enjawulo gye yakubanga Kuluseedi ennene ennyo.

Mu mwezi gw'okuna omwaka gwa 2016, Manmin Central Church ebadde eweza ba memba abassuka mu 120,000. So nga erina amatabi g'ekanisa amalala 10,000 agali mu Korea n'emu nsi endala, era n'aba minsani 129 beebakasindikibwa mu nsi 23, omuli ne Amerika, Russia, Germany, Canada, Japan, China, France, India, Kenya, n'endala nnyingi.

Ekitabo kino w'ekifulumidde, Dr. Lee abadde awandiise ebitabo ebirala 84, omuli ebisinze okutunda nga Okuloza ku Bulamu Obutaggwaawo nga si n'afa, Obulamu Bwange, Okukkiriza Kwanga I & II, Obubaka Bw'Omusalaba, Ekigera Okukkiriza, Eggulu I & II, Ggeyeena, ne Amaanyi ga Katonda. Ebitabo bye bikyusiddwa okudda mu nnimi ezissuka mu 75.

Waliwo obubaka bwe obuwandiikibwa mu miko gye mpapula z'amawulire ng'olwa The Hankook Ilbo, The JoongAng Daily, The Dong-A Ilbo, The Munhwa Ilbo, The Seoul Shinmun, The Kyunghyang Shinmun, The Korea Economic Daily, The Korea Herald, The Shisa News, ne The Christian Press.

Dr. Lee kati akola ng'omukulembeze w'ebitongole by'obu misani bingi saako ebibiina: nga ye Sentebe wa, The United Holiness Church of Jesus Christ; Ye Pulezidenti wa, Manmin World Mission; Permanent President, The World Christianity Revival Mission Association; Ye yatandika era ali ku bboodi ya, Global Christian Network (GCN); Mutandisi era ye Ssentebe wa Bboodi ya, World Christian Doctors Network (WCDN); era ye yatandika era ye sentebe wa Bboodi ya, Manmin International Seminary (MIS).

Ebitabo ebirala Eby'amaanyi eby'omuwandiisi y'omu

Eggulu I & II

Ekifaananyi ekiraga ekifo ekirungi ennyo abatuuze b'omu ggulu mwe babeera n'ennyinyonyola ennungi ey'emitendera egy'enjawulo egy'obwakabaka obw'omu ggulu

Obubaka Bw'Omusalaba

Obubaka obw'amaanyi obw'okuzuukusa abantu bonna ab'ebase mu mwoyo! Mu kitabo kino ojja kusangamu ensonga lwaki Yesu ye Mulokozi yekka n'okwagala okutuufu okwa Katonda.

Ggeyeena

Obubaka obw'amazima eri abantu bonna okuva eri Katonda, oyo atayagala wadde omwoyo ogumu okugwa mu bunnya bwa ggeyeena! Mujja kuzuula ebyo ebitayogerwangako ku bukambwa ate nga bwa ddala obuli mu magombe aga wansi aga geyeena.

Okuloza ku Bulamu Obutaggwaawo nga si n'afa

Obujjulizi bwa Dr. Jaerock Lee, eyazaalibwa omulundi ogw'okubiri era n'alokolebwa okuva mu kiwonvu eky'ekisiikirize eky'okufa era abadde atambulira mu bulamu bw'ekikristaayo obw'okulabirako

Zuukusa Isiraeri

Lwaki Katonda amaaso ge agakuumidde ku Isiraeri okuva olubereberye lw'ensi eno okutuuka leero? Alina nteekateeka ki gyategekedde Isiraeri mu nnaku ez'oluvannyuma, ezirindirwamu Omununuzi?

Obulamu Bwange, Okukkiriza Kwange I & II

Evvumbe ery'omwoyo erisingayo obulungi erigiddwa mu bulamu obwameruka n'okwagala kwa Katonda okutatuukika, wakati mu mayengo g'ekizikiza, n'enjegere ezinyogoga saako obulumi obutagambika

---

Amaanyi ga Katonda

Kye kitabo ky'olina okusoma nga kikola ng'ekirung'amya eky'omugaso omuntu mwayinza okuyita okufuna okukkiriza okwa ddala n'okulaba amaanyi ga Katonda

www.urimbooks.com

www.ingramcontent.com/pod-product-compliance
Lightning Source LLC
LaVergne TN
LVHW021820060526
838201LV00058B/3458